Í Eldlínunni

Ásgrímur Hartmannsson

AF715480

This is a work of fiction. Similarities to real people, places, or events are entirely coincidental.

Í ELDLÍNUNNI

First edition. July 25, 2025.

Copyright © 2025 Ásgrímur Hartmannsson.

ISBN: 979-8231450831

Written by Ásgrímur Hartmannsson.

Also by Ásgrímur Hartmannsson

Þrjátíu & ein nótt
Óhugnaðardalurinn
DAGNÝ
Úti að borða með yfirstéttinni
Líkþrá
Fimm Furðusögur Fyrir Svefninn
Undan Ströndum Portúgal
Ævintýri í Loca Lori Eyðimörkinni
Í Eldlínunni

Table of Contents

Woke: Kynþáttahyggju-kommúnismi. Svipað og Nazismi, nema Hitler og félögum datt aldrei í hug að gelda sín eigin börn.

1.
Ísland - Líbería

GLIMMER. GLIMMER ÚT um allt.

Fannar Snær sá allt of seint þegar aktívistinn hljóp skyndilega af stað, og áður en nokkur fékk neitt að gert var hann kominn með hendina á loft, og gat skvett einhverju á forsætisráðherrann, Benjamín Bjarnason. Það reyndist vera glimmer. Grænt glimmer.

Fannar Snær sá glimmerið ferðast um loftið í átt að forsætisráðherranum og var byrjað að dreifast vel þegar hann sneri sér í átt til hans og byrjaði að hlaupa. En það var of seint. Fannar náði bara að stíga eitt, kannski eitt og hálft skref áður en glimmerið fór í föt forsætis-ráðherrans, og sáldraðist um hann allan.

Fjórir fílefldir lögreglumenn hentu sér yfir aktívistann, en það var þá þegar orðið of seint. Forsætisráðherrann leit út eins og jólatré.

Fannar Snær vaknaðu upp með andfælum og öskraði: "AAAAAAH!" svo að allar dúfurnar sem sátu á þakinu og voru að slappa af forðuðu sér. Þetta var bara draumur. Fannar settist upp og dró djúpt andann. Hann hafði dreymt þennan sama draum á hverri nóttu frá því honum mistókst að koma í veg fyrir þessa fólskulegu glimmer-árás á forsætisráðherrann, sem ógnaði lýðræðinu til þessa dags.

Fannar rifjaði upp atburðarásina á meðan hann setti á sig sokkana og klæddi sig í buxurnar: forsætis-ráðherrann, Benjamín Bjarnason og kona hans, Ingigerður; Gauti Snær, ráðherra iðnaðar, loftslags og skordýra; Logi Snær, ráðherra landbúnaðar, innviða og skýjafars; Marta Hrund, ráðherra skóla og menntamála, og Elínborg Fönn Gröndal, ráðherra yfirbygginga og miðlægra grundvalla á sviði menningarstigs, auk þeirra föruneyti voru við vígzlu hins nýja Miðlæga Fjölmenningaseturs, þar sem stóð einnig til að hýsa Barnahús, Bændastofu og Innviðastofnun. Fannar vissi lítið um þetta hús annað en að það var víst mjög miðlægt og mikill innviður í því. En húsið var ekki í hans verkahring, heldu átti hann að vernda ráðamenn fyrir skrílnum. Hann og menn úr Sérlegri Greiningadeild Miðlægra Rannsóknarhagsmuna, eða SGDMLRH, höfðu undirbúið þennan viðburð í þrjár vikur, með sérstakri áherzlu á að fylgjast vel með flokkum Hægri-Öfgamanna sem voru á sveimi um allt. Fjórtán manna sérsveit var sett í að njósna um sérlega hættulega hægri-öfgamenn á internetinu, menn sem fólk hafði tilkynnt, enda stafaði fólki mikill stuggur af þessum mönnum: þeir heilsuðust á almannafæri, eins og þeir hefðu verið aldir upp af stórhættulegu fólki, áttu sumir hverjir gæludýr, sem þeir fóru út að ganga með sér til heilsubótar, og áttu það jafnvel til að fara í bað nokkrum sinnum í viku. Fannari Snæ hraus hugur við hegðan þessara ógnvekjandi manna, sem gengu um götur beinir í baki, stunduðu reglulega eða óreglulega líkamsrækt, og borðuðu staðgóðan og hollan mat, milli þess sem þeir reyndu að ná að minnsta kosti sjö klukkutíma svefni hverja nótt. Svo skiptust þeir á skrípamyndum á milli sín, og sögðu ógnvekjandi furðu-sögur sem þeir kölluðu "brandara." Þeir trúðu ekki einu sinni á loftslagið!

Fannar Snær var svo glaður að hafa ekki þurft að fylgjast með þessum skelfilegu og undarlegu mönnum, lýsingarnar sem hann fékk frá þeim sem höfðu þann starfa að fylgjast með þeim höfðu verið skelfilegar, allt að því martraðarkenndar.

Fannar Snær kom inn í eldhús og hitaði vatn, sem hann setti í bolla með bragðlausu makróbíótísku næringar-dufti, sem innihélt allskonar essensa og vítamín. Ein-hvern tíma hafði hann nú lesið innihaldslýsinguna, en þar voru bara löng orð eins og "*fenyl-alanin*" og "*Alpha-glycero-phosphocholine*." Það voru löng orð, svo það hlaut að vera mjög hollt. Hann tók þrjár töflur sem hann skolaði niður með þessum vökva sínum. Ekki vissi hann hvað var í þeim, en það var sko ekki dýrafita eða egg, eins og einhver hægri-öfgamaður myndi leggja sér til munns. Á meðan hann fann töflurnar renna niður vélindað, hélt hann áfram að rifja upp glimmer-árásina, og afleiðingar hennar: þessir hægri-öfgamenn sem mikið púður hafði farið í að fylgjast með virtust ekki hafa nokkurn minnsta áhuga á einhverum miðlægum setrum, en héngu þess í stað saman og spjölluðu um ógnvekjandi tölvuleiki með undirróðurs-ívafi, eins og "*Minecraft*." Það róaði ekki bara sérsveitina, heldur lögregluna í heild, og þeir voru allir frekar afslappaðir þegar dagurinn rann upp.

Þegar Fannar og félagar hans komu að hinu Miðlæga Fjölmenningasetri, var þar fyrir hópur mótmælenda. Það kom í fyrstu nokkuð flatt uppá þá, en þegar þeir sáu að mótmælendur flögguðu Nauðgunar-Regnboganum, og hrópuðu slagorð sín: "stöðvið Zoofilíu-þjóðarmorðið!"

"Stríð við Líberíu strax!"

"Hvar er nýja stjórnarskráin?"

... þá skildu þeir hvað málið snerist um: viku áður hafði stjórn Líberíu gefið það út að þeir hygðust banna kynlíf með dýrum, að viðlagðri dauða-refsingu. Þetta hafði mælst mjög illa fyrir í LGBTQ+ heiminum, og alveg sérstaklega á Norðurlöndunum, með Ísland þar í broddi fylkingar.

"Ást er Ást! Elskum dýr! Ást er Ást! Elskum dýr!" sungluðu mótmælendur.

"Zoofilía er ekki glæpur! Stöðvið Zoofilíu-þjóðarmorðið strax!"

"Ást takmarkast ekki við tegund! Stríð við Líberíu strax!"

"Ókeypis Apa-bólu lyf strax!"

"Nýja stjórnarskrá strax!"

Fannar Snær reyndi að leiða fólkið hjá sér, og skimaði um eftir hægri-öfgamönnum, sem hann vissi að gátu leynst í hverjum runna. Hann leit á fólkið sem var að mótmæla: það var erfitt að kyngreina einstaklinga, þau voru illa vaxin og veikluleg að sjá, rytjulega klædd, grett í framan eins og steinbítar og með úfið hár, og hann fann fjósalyktina af þeim þar sem hann stóð undan vindi frá honum. Þetta voru augljóslega ekki hægri-öfgamenn.

Svörtu drossíurnar sem komu með ráðamenn birtust, og Fannar Snær reyndi að líta virðulega út þegar þær renndu í hlað. Ráðamenn stigu út, og spjölluðu við fréttamenn sem spurðu allskyns vitrænna spurninga eins og : "ætlið þið að fara í stríð við Líberíu fljótlega?" og 'hvenær ætliði að stofnsetja her til þess að geta farið í stríð við Líberíu?" cg að sjálfsögðu: "hvenær verðum við tilbúin til þess að fara í stríð við Líberíu?"

Fannar var alveg rólegur þegar ráðamenn fóru inn, og reyndu að svara spurningum fréttamanna eins kurteislega og hægt var. Eitthvað slæddist inn af mótmælendum, en þeir virtust friðsamir, svo ekki var amast við þeim. Þeir háværustu héldu sig fyrir utan, og slagorð þeirra til stuðnings kynlífi með dýrum, stríði og nýrri stjórnarskrá heyrðust vel inni, enda dyrunum haldið opnum í tilefni dagsins. Ráðamenn héldu stuttar ræður og sögðu lélega brandara á meðan nokkrir gestir fengu sér frítt kaffi og þóttust hlusta á þá.

Fannar og félagi hans, Snær Snær, fengu sér smá af þessu fría kaffi. Til allrar lukku var það koffeinlaust, vegna þess að allir vita að einungis hægri-öfgamenn drekka ókoffínskert kaffi. En það reyndust vera afdrifarík mistök, vegna þess að einmitt þá lét einn mótmælandinn til skarar skríða: hann stökk af stað, og skvetti einhverju dufti á forsætisráðherrann. Hann var þegar yfirbugaður, en það var of seint! Forsætis-ráðherrann leit út eins og jólaskraut búið til af fimm ára krakka, og hann var alveg í öngum sínum og valt um á gólfinu öskrandi: "AAH! Ég bráðna! Ég bráðna!"

Tveimur dögum seinna, þegar hann hafði náð sér, var samþykkt einróma að verða við kröfum mótmælenda, og stofna her og fara svo beint í stríð við Líberíu til þess að berjast fyrir réttindum dýraníðinga.

"Hverjum hefði dottið í hug að kommúnistar gætu verið ofbeldishneigðir?" var spurning sem Fannar Snær spurði sig oft þessa dagana. Hann hafði engin svör, þar sem hann beið eftir strætó.

2.
Arnaldur fer á stjá

RANNSÓKNARLÖGREGLUMAÐURINN Arnaldur fór á fætur við fyrsta hanagal. Hann skellti sér í sokkana áður en hann yfirgaf svefnherbergið, en þurfti ekki að fara í buxur, vegna þess að hann hafði sofið í þeim. Sama gilti um ullarpeysuna, sem hann fór aldrei úr. Hann kíkti á klukkuna inni í eldhúsi, og sá að hún var korter í fjögur. Hann horfði illilega á hanann, sem labbaði um í búri sínu rétt fyrir utan eldhús-gluggann, og íhugaði einhverjar góðar kjúklinga-uppskriftir. Hann sneri inn í svefn-herbergi og lagði sig aftur. Hann dottaði í einn og hálfan tíma, en rankaði þá við sér af sjálfsdáðum, og gat ekki sofnað aftur.

Arnaldur fór aftur á fætur, og þurfti í þetta sinn ekki einu sinni að fara í sokkana. Hann rölti inn í eldhús og kíkti í ísskápinn. Hann fann til hákarlinn sem þar var, og hálf-fulla flösku af íslensku Brennivíni. Hann bitaði hákarlinn í teninga, setti teningana í skál, og hellti svo brennivíninu yfir. Svo borðaði hann þetta með skeið. Arnaldur var búinn að átta sig á því að þetta var staðbesti morgunverður sem völ var á.

Arnaldur var fertugur, en hafði elst eins og mjólk. Hann kenndu um hinu ógnvænlega Kóka-Kóla, sem hann blandaði brennivínið sitt svo oft með. Hann drakk auðveldlega lítra af svarta gosinu á dag, út í hálfa, stundum heila flösku af Brennivíni, Tinda-vodka ef það var ekki til. Hann vissi vel að þetta kók-þamb var ekkert gott fyrir hann, en var samt aldrei alveg tilbúinn til þess að hætta. Hann var með úfinn hárlubba sem hann kembdi um Jól og á 17. Júní, og sítt og mikið skegg eins og Gísli á

Uppsölum. Gísli á Uppsölum var í miklum metum hjá Arnaldi, og hann hafði lítið altari honum til heiðurs inni í stofu, ofan á sjónvarpinu.

Þegar hann hafði lokið við að hreinsa borðbúnaðinn, fann hann axlar-hulstrið sitt, og setti það á sig. Svo opnaði hann aftur ísskápinn, og tók þaðan út sviðakjamma,sem hann setti í axlarhulstrið, til þess að hafa sem nesti. Það er mjög sniðugt að hafa sviða-kjamma í axlarhulstri, og Arnaldur skildi ekki hvers vegna fleiri voru ekki svo búnir. Hann lagaði axlarhulstrið, svo það væri ekki að flækjast fyrir honum, og gekk út.

Hesturinn hans beið fyrir utan. Hann hét Blesi, og var blá-kengálóttur og grænloppinn með fjólubláar flygrur, eða eins og maðurinn á götunni myndi orða það: hann var brúnn. Sumir myndu bæta við að hann var með ljósbrúnt hár, eða fax eins og það er orðað af þar til gerðum tæknimönnum á hrossasviði. Arnaldur klappaði Blesa, gaf honum sýróp, og stökk svo á bak. Svo var stefnan tekin á vinnuna. Hann fór útsýnisleiðina um Þingvelli, vegna þess að vel lá á honum.

Þegar Arnaldur mætti niður á stöð beið lögreglustjórinn þar eftir honum, og vildi ná af honum tali. Það var aldrei gott, svo annars ágætt skap hans sortnaði aðeins á leiðinni inn á skrifstofu. Hann mætti Dísu úr mötu-neytinu á leiðinni, þar sem hún var að bisa við að moppa upp ælu, og hún yggldi sig í átt að honum. Dísu var meinilla við Arnald, fannst hann skrítinn, og lykta eins og mold og hangikjöt. Hann gretti sig framan í hana áður en hann lauk upp dyrunum að skrifstofu lögreglustjórans.

"Þetta er síðasta viðvörunin!" sagði lögreglustjórinn æstur þegar Arnaldur var kominn inn.

"Hvað er það nú?" spurði Arnaldur, og reyndi að hljóma eins lítið pirraður og hann gat, til þess að angra ekki lögreglustjórann meira en orðið var.

"Þú veist það vel sjálfur. Þú notaðir N-orðið!"

"N-orðið? Hvern kallaði ég niggara núna?"

"Hvað meinarðu?"

"Ég hef ekki kallað neinn niggara í örugglega mánuð."

"Nei, *hitt* N-orðið. Og svo áttu ekki að kalla blökkumenn niggara!"

"Hvað á ég þá að kalla þá? Negra?"

"Nei! Þeir eru kallaðir *Hvít-Heftir Einstaklingar*. Mundu það!"

Arnaldur kinkaði kolli, og mátti hafa sig allan fram til þess að ranghvolfa ekki augunum. "Hvað er hitt N-orðið?"

"Þú notaðir N-orðið í lögregluskýrzlu sem þú gerðir í vikunni, þar sem þú handtókst mann – mann sem þú handtókst ranglega, nota bene; LGBTQ+ einstakling, þar sem hann var að nota rétt sinn til þess að njóta frjálsra ásta!"

Arnaldur hallaði undir flatt. Svo áttaði hann sig, og það hrökk upp úr honum: "A! Já, náriðillinn!"

"Hva...! Þú getur ekki bara kallað LGBTQ+ fólk riðla!"

Arnaldur hugsaði um það eitt augnablik, og fannst þetta vera vera mjög góð hugmynd, þó stjóra fyndist annað, en ákvað að segja honum það ekki. "Já, en þetta var náriðill, ég bókstaflega kom að honum í líkhúsinu þar sem hann var að... uhm... kenna líks í biblíulegum skilningi."

"Þú réðist á mann sem hneigist kynferðislega til líf-heftra einstaklinga, og truflaðir hann í einkalífinu! Þetta er fjölþætt brot í starfi!"

"Hann var í líkhúsinu. Hann braust þar inn. Ég var þar með Antoni, þú getur spurt hann. Við höfðum verið kallaðir til af næturverðinum vegna þess að hann, þessi náriðill, hafði einmitt framið þar innbrot."

Lögreglustjórinn hélt upp lófa sínum að Arnaldi, og sagði eins rólega og hann gat: "heldur þú að hver sem er geti bara haft í frammi einhverjar nekrófóbískar ideasjónir á opinberum vettvangi í lýðræðisríki?"

"Já," svaraði Arnaldur hreinskilnislega.

Lögreglustjórinn andvarpaði. "Þú ert heppinn að vera ekki kærður fyrir hatursglæp í garð hinsegin fólks fyrir þetta. Eitt svona atvik í viðbót og þú verður rekinn."

Arnaldur þagði, og sneri við til þess að fara út.

"Við erum ekki búnir," sagði stjóri.

Arnaldir sneri sér við.

"Þú og Fannar eigið að rannsaka mál."

Andleg heilsa Arnaldar sökk þegar hann heyrði nafnið *Fannar*.

"Það er dularfullt andlát sem þið eigið að skoða hvort varð með saknæmum hætti eður ei. Fannar verður yfir, þú fylgir honum og verður honum til halds og trausts næstu tvær vikurnar."

"Í tvær vikur?"

"Já. Hann er í reynzlu hjá SGDMLRH, og ég vænti þess að hann verði tekinn inn fyrir opinbera heimsókn forseta Færeyja. Þú ferð með honum, lærir af honum."

Arnaldur sneri sér aftur við, en lögreglustjórinn var ekki búinn: "það eru bunkar af LGBTQ+ fræðzluefni á borðinu þarna frami. Ég mæli með að þú takir eitt eintak af hverju og lærir eitthvað."

Arnaldur gekk út af skrifstofunni, þunglyndari en nokkru sinni fyrr. Þetta hlaut að vera einhverskonar refsing. Fannar Snær var mesti bjáni sem hann hafði nokkurn tíma hitt, hann fór hverja taug Arnaldar, alveg inn að beini. En það var ekkert við þessu að gera. Annað hvort sinnti hann þessu starfi, eða fór að rækta kartöflur. Og hann nennti því ekki. Hann tók nokkra fræðzlupésa af borðinu, til þess að glugga í fyrir svefninn, ef stjóri skildi taka sig til og spyrja hann út í eitthvað af þessu.

3.

Þórður hefur auga fyrir leturgerðum

ÞÓRÐUR VAR Á LEIÐ Í persónumálaráðuneytið til þess að sinna mikilvægum erindum þar. Á leiðinni stillti hann útvarpið á fréttatímann, til þess að athuga hvað væri að gerast á landinu:

Fréttamaður var á vettvangi: "þegar kemur að vörðum, hvað varðar þessar steinahrúgur þegar kemur að heiðum, og hvað varðar varðveizlu á þeim, þá er hér Varðar, landvörður sem hefur aðkomu að vörðun varða, hvað það varðar. Varðar, þegar kemur að upplýsingum, hvað getur þú sagt mér, hvað varðar vörður?"

"Ja, sko, þegar kemur að vörðun gönguleiða, hvað það varðar, þegar kemur að heiðum, þá hvað varðar fólk í fortíðinni þegar kemur að ferðalögum hvað göngur varðar, þá eru vörður mjög mikilvægar þegar kemur að því," svaraði Varðar, rólegur.

"Varðar, þegar kemur að vörðum, hvað varðar ferðalög, hver var þá tilgangurinn með þeim, hvað það varðar?"

"Altso ferðalögunum?"

"Ha? Nei, altso vörðunum, hvað að þeim kemur."

Ekki nennti Þórður að hlusta á þetta lengur, vegna þess að hann skildi ekki hvað mennirnir voru að segja. Hann var ekki viss um að þetta væri einu sinni á íslensku. Svo hann stillti útvarpið aftur á tónlistarrásina. Tónlistarrásin spilaði alltaf sömu fjögur lögin aftur og aftur, á milli þess sem einhver hress maður fjallaði um ævintýri frægs tónlistamanns. Þau ævintýri voru að mati Þórðar helst um hversdagsleg, en framsett á skiljanlegan hátt.

Þórður lagði gamla en vel með farna Honda CRV bíl sínum fyrir utan ráðuneytið, og gekk þar inn. Hann gat fengið sér vatn í þar til gerðri vatns-græju, og sötraði á því þar til röðin kom að honum.

"Já? Hvað getum við gert fyrir þig?" spurði daman í mótttökunni.

"Ég er hér til þess að fá leturgerðinni í ökuskírteininu mínu breytt."

"Ha?"

"Já. Mér sýnist letrið vera sett í *Arial*, en ég við að það sé *Times New Roman*. Ég myndi líka sætta mig við *Gentium*, en *Arial* lýst mér alls ekki á."

"Nú skil ég ekki..."

"Hvað er það sem þú skilur ekki?"

"Leturgerð?"

"Já, stafirnir í ökuskírteininu."

"Uh... já...?"

"Eru þeir ekki í Arial letri? Eða er þetta kannski *Franklin Gothic*?"

"Ég veit ekki? Um hvað ert þú að tala?"

"Skilur þú ekki orð?"

"Nei..."

Þórður andvarpaði og leit undan. Hann bað um að fá að ræða við einhvern sem skildi orð, og eftir rúmt korter fannst ríkisstarfsmaður sem vissi hvað "*orð*" þýddi. Sá vissi meira að segja hvað "*leturgerð*" var, og hann gat spjallað aðeins við Þórð: "við getum því miður ekki hjálpað þér með þetta. Þetta er staðlað skýrteini, og við yrðum þá að breyta þeim öllum."

Þetta fannst Þórði ekki nógu gott, og hann spurði við hvern hann ætti að ræða um þetta, og var þá bent á Brussel.

"Getum við ekki stjórnað því sjálf hvernig við höfum hlutina hérna?"

Manni yppti bara öxlum.

Þórður var nokkuð pirraður er hann gekk út í bíl. Hann ákvað að kíkja á einn stað eða tvo í viðbót, til þess að fá úr þessu bætt. Hann var ekki að fara að lifa með ökuskýrteini sett í einhverju sans serif letri.

Þegar Þórður var búinn að spjalla við fólk í bæði innanríkisráðuneytinu og skjala-og umferðarráðuneytinu, þá var hann farinn að verða nokkuð róttækur. Hann ákvað að senda ráðherrum línu, fyrst á rafpósti, og svo bréfleiðis. Þegar hann hafði ekkert frétt frá þeim eftir tvo mánuði, skrifaði hann langan og ítarlegan pistil í Morgunblaðið. Hann vakti ekkert umtal. Þá ákvað Þórður að taka til sinna ráða.

En hvað ætti hann að gera? Þórður var mjög þjóðlegur maður, og hefðbundinn í allri hugsun, svo hann ákvað að gera eitthvað hefðbundið og þjóðlegt, eitthvað sem væri samt eftirminnilegt. En það varð líka að skila árangri. Hann kíkti á internetið eftir innblæstri, og kom fljótt auga á nokkurra mánaða gamla frétt um einhverja landeyðu sem hafði náð að strá glimmer á forsætis-ráðherrann. Það hafði haft þau áhrif að nú voru Íslendingar opinberlega í stríði við Líberíu, þó að enn hefði engum skotum verið hleypt af. Það var víst enn verið að þjálfa herinn, og verða sér úti um græjur.

Þórður kinkaði kolli með sjálfum sér. Einhver þrýstihópur hafði hent glimmer í forsætisráðherrann, og fékk það sem þeir vildu með það sama. Þetta var þá málið: bara að skvetta einhverju á ráðherra, og hann gat fengið það sem hann vildi. En hverju ætti hann að skvetta? Einhverju þjóðlegu. Mysu, til dæmis. Hann kíkti inn á hinn myrka vef hægri-öfgamanna til þess að rannsaka þetta nánar.

4.
Dularfullt mál

ÞAÐ SÁST LANGAR LEIÐIR að Fannar var ekkert of ánægður með að þurfa að starfa með Arnaldi. Arnaldur lyktaði skringilega, talaði skringilega, og hann hafði undarlegar og mjög svo ónútímalegar skoðanir. Til dæmis var hann og allir vinir hans enn í miklu áfalli eftir að Arnaldur hafði sagt að honum þætti rangt að skera kynfærin af börnum. Svoleiðis lagað segir maður bara ekki opin-berlega, sérstaklega ekki í hverfi 101, á kolefnisjöfnuðu vegan-hlaðborði. Arnaldur hafði komið með sitt eigið nesti. Það var andlit á því.

Fannar lét Arnald keyra bílinn, vegna þess að Fannar sjálfur var svo umhverfismeðvitaður. Arnaldur horfði önugur á Fannar, þar sem hann setti á sig beltið. Svo setti hann bílinn í gang, og þandi vélina aðeins til þess að pirra Fannar.

"Hvert erum við að fara?" spurði Arnaldur.

"Þetta er í Fossvoginum. Ég segi þér til, tæknideildin er enn á staðnum, þú ættir að sjá bílana þeirra þegar við nálgumst."

Arnaldur kinkaði kolli. Hann lækkaði í talstöðinni og kveikti á útvarpinu, og lagði svo af stað.

"Hvers vegna slökktirðu á talstöðinni? Nú heyrum við ekki í neinum."

"Við þurfum ekki að heyra í neinum, við erum bara að fara að gera þennan eina hlut, og við þurfum ekki að skipta okkur af neinu öðru."

"En..."

"En hvað? Hvaða annað útkall eigum við að trufla?"

Fannar hristi hausinn.

Arnaldur hækkaði í útvarpinu. Innan skamms byrjuðu fréttirnar: "átta manns slösuðust, þar af sex alvarlega í slysi við herþjálfun..." Arnaldur gjóaði auga á Fannar. Fannar lét á engu bera. "... var þetta þriðja slysið síðan herþjálfun hófst í kjölfar stofnunar hersins. Tumi Snær hershöfðingi segir að verið sé að þjálfa herinn í meðferð hættulegra vopna, og slík slys séu algeng."

"Það er alveg eðlilegt að þriðjungur herliðsins slasist alvarlega við þjálfun," sagði Tumi Snær hershöfðingi, og hljómaði mjög alvarlegur.

"Segir Tumi Snær hershöfðingi," kláraði fréttamaðurinn.

"Þeir segja aldrei hvernig slysið bar að höndum," sagði Arnaldur.

"Við þurfum ekkert að vita það."

"Atvinnulífið þarf að vinna í nánari samvinnu við Ríkið til þess að auka miðlægni," sagði einhver ráðherra í útvarpinu. Svo voru stuttar fréttir um ógnir sem þóttu steðja að heiminum frá kolefni annars vegar, og hægri-öfgamönnum hinsvegar.

"Kolefni," sagði Gauti Snær, ráðherra iðnaðar, loftslags og fleiri óskyldra hluta.

Arnaldur skipti um rás. Þar var tónlist.

Innan tíðar komu þeir að húsinu þar sem þeir voveif-legu atburðir gerðust, sem þeim hafði verið falið að rannsaka. Fyrir utan voru tveir sendibílar, merktir lögreglunni, og einhverjir menn í hvítum göllum að labba til og frá.

Arnaldur lagði bílnum skammt frá, þar sem hann grunaði að hann væri sem minnst fyrir, og hann og Fannar stigu út.

"Það er semsagt þetta hús," sagði Fannar, og benti á húsið sem tæknimennirnir voru að þvælast við.

Arnaldur ranghvolfdi augunum.

"Fórnarlambið hét Sóley Sunna Snævarsdóttir, 32 ára, barnlaus, ekki í sambúð."

Arnaldur kinkaði bara kolli. Hann hafði engan áhuga á að fara inn í húsið til þess að skoða vegsummerki, en spurði þess í stað fyrsta mann sem hann kom að: "þarf ég að fara þarna inn?"

Maðurinn leit á hann, og svaraði: "ég mæli ekki með því."

Fannar varð pirraður, og tilkynnti manninum: "ég er Fannar Snær Aldísarson Gunnarsson Laxdal og ég fer með rannsókn þessa máls!" og hann gaf tæknimanninum og Arnaldi illt auga áður en hann stormaði inn.

Arnaldur og tæknimaðurinn horfðu hver á annan. Arnaldur yppti öxlum. Þeir þurftu ekki að bíða lengi eftir að hann kæmi út aftur.

Fannar Snær staulaðist út, haldandi fyrir nef sér, allur grettur. Og hann spurði: "OJ! Hvað í andskotanum gerðist eiginlega þarna inni?"

Tæknideildarmaðurinn leit á Arnald, sem benti bara á Fannar. Og tæknimaðurinn sagði: "hún fékk mjög öfluga hvellskitu, sem virðist vera ástæða þess að lík hennar festist í ljósakrónunni."

Fannar horfði beint framan í tæknimanninn. Hann gat ekki gert sér grein fyrir hvað tæknimaðurinn var að hugsa, vegna gasgrímunnar sem hann var með. "Hvað gerðist?" spurði hann tæknimanninn.

"Hún virðist hafa staðið við gluggann og verið að horfa út, þegar hún bara fékk þessa líka öflugu skitu, og það sést vel hvernig hún skaust upp í loft, og stefndi þaðan beint í ljósakrónuna, og þar hafði hún ekki afl til þess að brjóta hana niður, heldur er eins og hún hafi náð að snúast í að minnsta kosti einn heilan hring, á meðan bunan stóð aftur úr henni."

"Og hvað heldur þú að hafi valdið þessu?"

"Ég veit það ekki. Hitt er annað mál að hún hlýtur að hafa haldið í sér ansi lengi til þess að safna þessu efnismagni."

Arnaldur leit á Fannar.

"Tölum við nágrannana," sagði Fannar.

Arnaldur kinkaði bara kolli, og þeir tóku stefnuna á húsið beint á móti. Það var nokkuð þrifalegt að sjá, nýbúið að slá grasið og klippa runnana, og fyrir utan var nýþveginn og augljóslega nýbónaður bíll. Þeir gengu að dyrunum og bönkuðu uppá.

"Já?" svaraði maður sem kom til dyra.

"Býrð þú hér?" spurði Fannar, og reyndi að hljóma valdmannslega.

"Ég bý hér, já."

"Afsakið ef að við erum að trufla..." sagði Arnaldur.

"Nei, ég var bara að rifja upp atburði úr fortíðinni."

Fannar kinkaði kolli og spurði: "þekktir þú Sóleyju Sunnu Snævarsdóttur?"

"Þú meinar kellinguna á móti?"

Fannar yggldi sig aðeins en kinkaði kolli.

"Ekki mikið."

"Hvenær hittir þú hana seinast? Talaðir við hana, meina ég."

"Hún kom til mín í hádeginu í gær. Þegar ég var að skreppa heim í hádegismat einmitt, og hún skammaði mig fyrir að nota bílinn minn, kenndi mér um að hafa drepið alla ísbirnina og spurði mig hvort ég vissi ekki að það væri yfirstandandi hnattræn suða. Hennar orð. Það var skítalykt af henni, andremman í henni alveg sérstak-lega ætlaði að drepa mig."

Fannar kinkaði kolli. "Varðst þú var við eitthvað kvöldið sem hún dó?"

"Já. Þetta hefur verið um sex leitið, ég man það vegna þess að ég var rétt nýbyrjaður að þrífa bílinn minn að innan. Þá varð bara skyndilega mikil sprenging heima hjá henni, eða mér heyrðist hún koma úr þeirri átt, brakandi eins og þruma. Ég leit við, en sá ekki neitt. Svo ég hélt bara áfram að ryksuga bílinn."

"Að ryksuga bílinn?" spurði Arnaldur.

"Já."

"Þú varst að því þegar sprengingin varð?"

"Já."

Arnaldur kinkaði kolli. "Hvernig ryksugu varstu með?"

"Bara venjulega ryksugu. Electrolux."

"Með svona stút til að ná á milli sætanna?"

"Já! Akkúrat þannig!"

Fannar gaf Arnaldi illt auga. Arnaldur yppti öxlum og þagði.

Fannar kinkaði kolli, og spurði: "voru einhver önnur vitni?"

"Allir í hverfinu hljóta að hafa heyrt þessa þrumu. Hún var rosaleg."

Fannar spurði nokkurra spurninga að lokum, en kvaddi svo manninn, og þeir gengu að næstu dyrum við hliðina.

"Þekktir þú Sóley Sunnu Snævarsdóttur?" spurði Fannar manninn sem kom til dyra eftir stuttan formála.

"Rugluðu kellinguna á móti?"

Fannar yggldi og kinkaði kolli.

"Hef svosem hitt hana nokkrum sinnum."

"Hvenær hittir þú hana seinast?"

"Hún var með uppsteyt við mig fyrir tveimur dögum, í sambandi við hnattræna suðu, og hvernig bíllinn minn orsakaði útdauða mörgæsanna á Norðurpólnum. Hún tók nefnilega kolefnistrú fyrir nokkrum árum, skilurðu, og hefur verið að gerast róttæk. Hún var svo andfúl að ég táraðist, ég sver það. Svo fór hún að tala eitthvað um mikilvægi þess að leggja af allan landbúnað. Ég nennti ekkert að hlusta á það, og skellti á hana. Ég sver, stybban af henni lá í loftinu í klukkutíma á eftir."

Fannar kinkaði kolli. "Varðstu var við eitthvað í gærkvöldi?"

"Já. Við heyrðum það öll, allir nágrannarnir." Hann benti út á næstu íbúð; "þetta var svona eins og þruma. Það brakaði alveg vel og lengi í henni. Við fórum út í glugga..."

"Við?"

"Við fjölskyldan. Ég á sex ára dreng. Við fórum út í glugga til að athuga hvað væri að gerast. Ég fór meira að segja út á plan. Þar sá ég nokkra af nágrönnunum, og við heilsuðumst. Annars sáum við ekkert."

"Hvenær gerðist þetta?"

"Ætli þetta hafi ekki verið um sex leitið. Við vorum að hita pizzu."

Fannar spurði tveggja spurninga í viðbót, en fór svo að þriðju íbúðinni. Þar kom til dyra kona á fertugsaldri.

"Ásdís?"

"Það er ég."

"Þekktir þú Sóleyju Sunnu Snævarsdóttur?"

"Ekki mikið. Ég hef talað við hana. Mér finnst hún ekkert skemmtileg."

"Um hvað hafiði talað?"

"Hún vill bara tala um hnattræna suðu, og hvernig útblástur frá bíla-umferð er að drepa börnin. Hún sagði mér um daginn að kolefnis-rasismi væri að fremja þjóðarmorð á svörtum trans-lesbíum. Ég vissi ekki hvað ég átti að segja við því, svo ég kinkaði bara kolli og hélt áfram að drekka kaffið mitt."

"Aha... er það eitthvað sem þið hafið verið að ræða nýlega?"

"Ég held að þetta hafi verið það nýjasta. Hún hafði alltaf miklar áhyggjur af útblæstri. Ekki bara úr bílum, heldur úr kúm, og jafnvel fólki. Hún sagði mér að það væri vanmetið af yfirvöldum hversu mikið af gróður-húsaloftegundum kemur úr fólki þegar það prumpar. Ég held að hún hafi verið að prumpa með andlitinu, ef þú spyrð mig." Hún veifaði hendinni fyrir framan nefið á sér til að gefa til kynna hve andfúl Sóley hafði verið. "Hún sagði að yfirvöld hlustuðu ekki á hana, og gerðu ekki nóg til þess að stemma stigu við prumpi. Ég hélt hún væri að gera grín. Hún var eitthvað að tala um það áður en hún dó að hún ætlaði að fara út í einhverjar róttækar aðgerðir."

"Nefndi hún hvað það var?"

"Nei, en hún var alltaf að kaupa sinnep. Ég hitti hana fyrir bara tveimur dögum, þar sem hún var að koma heim með poka fullan af sinnepi. Ég veit ekki hvað hún ætlaði að gera við það, en ég held að það gæti verið einhver löngun vegna þess að það sá á henni."

"Sá hvað á henni?"

"Hún var augljóslega ófrísk. Hún hafði verið að stækka mjög hratt reyndar, þegar ég hugsa um það." Hún virtist hugsi: "... ekki nema tveir mánuðir... kannski þrír."

Fannar og Arnaldur litu hver á annan.

"Veistu nokkuð hver á barnið?"

"Nei."

Þeir spjölluðu við tvo aðra, en fengu ekkert meira út úr þeim.

5.
Skeiðin hans Helga Hó.

ÞÓRÐUR VAR Í ÞRJÁ DAGA að skoðað hinn myrka vef hægri-öfgamanna. Þar fann hann undarlega mikið af myndum af froskum og fyndnum kattavídjóum, en minna af hryðjuverka-áformum en gefið hafði verið í skyn að þar væri að finna. Þegar Þórður var búinn að skoða myndir af kettlingum og hvolpum og öðrum áhugamálum hægri-öfgamanna, lenti hann loks á spjalli við mann sem gat hjálpað honum.

"Það var einu sinni maður í svipuðum hugleiðingum og þú," sagði maðurinn, sem kallaði sig Stefán. "Það var fyrir mörgum árum. Sá maður hét Helgi Hóseasson. Hann skvetti skyri á ráðamenn, og hlaut mikla frægð þar af."

"Hvað annað hafði hann upp úr því?"

"Ekkert. En, þetta var líka fyrir þá tíð er hægt var að stjórna ráðamönnum með því að sulla efnum á þá. Stjórnmálamenn þá voru öðruvísi. Þeir styrktu ekki ein einustu hryðjuverkasamtök, til dæmis, og fjármögnuðu ekki geldingu fullkomlega heilbrigðra barna."

"Já... heyrðu, væri í lagi að gelda veik börn þá?"

"Já. Ég held að bæði ég, núverandi stjórn, og stjórnvöld árið 1970 værum sammála um það."

"Þú segir nokkuð."

"Ég get komið þér í samband við mann sem á mat-skeiðina hans Helga Hóseassonar."

Þetta fannst Þórði hljóma vel, og hann fékk símanúmerið hjá þessum dularfulla manni sem vildi ekki láta nafns síns getið. Þórði datt í hug að leita að númerinu á *Já.is*, og fann þar að maðurinn hét Jónas. Það breytti svosem engu, og hann hringdi í manninn, og mælti sér mót við hann.

Jónas orðaði allt sem hann sagði mjög varlega, en tók mjög vel og skilmerkilega fram hvar hann vildi hitta Þórð. Það var utan bæjarmarkanna, þar sem fáir voru á ferli, og gott útsýn til allra átta. Þórður fór þangað á bíl sínum, og hlustaði á útvarpið á leiðinni. Í fréttatímanum var stuttlega fjallað um opinbera heimsókn forseta Færeyja, sem var yfirvofandi, og Þórði fannst það vera góður vettvangur til þess að koma skilaboðum sínum áleiðis. Hann fylgdist sérstaklega vel með hvar sá fundur átti að verða, svo hann gæti skoðað staðinn á undan.

Þórður sá að Jónas var þegar mættur, og hallaði sér kæruleysislega upp að svörtum sendiferðabíl þegar hann bar að garði.

"Þórður, geri ég ráð fyrir?" sagði Jónas, og tók nokkur skref í átt að Þórði þar sem hann kom gangandi frá bíl sínum.

"Sá er maðurinn," svaraði Þórður, og þeir tókust í hendur.

"Stefán sagði mér að þú værir að leita að matskeiðinni hans Helga Hó."

"Ekkert frekar, en það væri táknrænt að nota hana í það sem ég hef í huga."

Jónas kinkaði kolli. "Ertu búinn að ákveða hvað þú ætlar að nota?"

Þórður hristi hausinn.

"Ég á nokkrar gerðir af skyri, ef þú hefur áhuga," sagði Jónas, og lauk upp dyrunum á sendibílnum. Þar voru nokkrar töskur, sem Þórði sýndist vera af þeirri gerð sem menn geyma hljóðfæri í, og aðrar smærri undir raf-magns verkfæri. Jónas lauk upp stórri gítar-tösku, og sýndi Þórði: "þetta er úrvalið sem ég hef núna af skyri: óhrært, hrært, með bláberja eða vanillubragði, KEA skyr, get reddað þér skyr-drykk ef þú vilt frekar."

Þórður horfði á úrvalið í töskunni, og kinkaði kolli.

Jónas lokaði skyr-töskunni, og teygði sig bakvið þar sem var önnur taska, eins löng en af annarri gerð, og hann kom henni fyrir ofaná fyrri töskunni og opnaði hana: "þetta hérna er fyrir þig ef þú vilt ekki vera alveg eins og Helgi Hó. Eins æðislegur og hann nú var, þá getur verið að þú viljir ekki herma alveg eftir honum." Hann benti á úrvalið í töskunni: "þetta er jógúrt. Ég hef hreint jógúrt, og jógúrt með blönduðum ávöxtum og þetta er með kaffi-bragði. Þetta þarna er mysingur. Og þetta hér..." hann tók eina dósina upp úr töskunni og sýndi Þórði: "þetta er Kotas-Æla," sagði hann með áherzlu.

Þórður lyfti augabrún og leit á Jónas, svo á dósina, og hann sagði: "ég held reyndar að það sé borið fram Kota-Sæla."

"Er það? Já..." sagði Jónas, og virti dósina fyrir sér. "Já... það gæti líka verið rétt. En þetta er ógeðslegt. Allt kekkjótt og ólistaukandi."

Þórður yppti öxlum.

"Ræðum það allt betur seinna," sagði Jónas, og setti dósina aftur þar sem hann hafði náð í hana, lokaði töskunni og teygði sig inn í bíl: "hér er það sem þú komst til að ná í." Jónas tók varlega upp svarta plasttösku. Og hann opnaði töskuna og sneri henni að Þórði til þess að sýna honum innihaldið: þetta var matskeið, liggjandi á eggjabakkafrauði í miðri töskunni. Það var ekkert annað í töskunni.

"Þetta er matskeiðin hans Helga Hóseassonar. Þetta er skeiðin sem hann notaði til þess að borða skyr, og graut, og jafnvel súpu."

Þórður starði á skeiðina.

"Þú mátt taka hana upp," sagði Jónas.

Þórður leit snögglega upp, og sá að Jónas horfði til baka með stolt í augum. Hann teygði sig eftir skeiðinni, og tók hana upp. Sólin glampaði á henni.

Þórður festi kaup á skeiðinni, og fékk dós af skyri með í kaupbæti. Svo keyrðu þeir sinn í hvora áttina, og litu alls ekkert grunsamlega út.

6.
Arnaldur rifjar upp atburði úr fortíðinni

ARNALDUR SETTI Á SIG þjóðlegu húfuna sína, sem var hekluð úr lopa, í stíl við peysuna hans. Húfan var með dúsk ofaná, sem Arnaldur var viss um að fullkomnaði þjóðlega útlitið. Svo stökk hann á bak Blesa sínum og stefndi heim á leið. Hann festist strax í umferðarteppu, og dauðsá eftir að hafa ekki farið útsýnisleiðina um Hvalfjörðinn, eins og hann ætlaði í fyrstu, en hætti við þegar hann hélt að hefðbundna leiðin tæki styttri tíma. Og þar sem hann sat þarna og beið eftir að ljósin yrðu græn, óskaði hann þess að það væri útvarp í hestinum. Það væri auðveldlega hægt að koma slíku fyrir í hnakknum.

Arnaldur rifjaði upp þegar hann hafði beðið á þessum sömu ljósum árið 1999...

Árið er, 1999:

Arnaldur var á rúntinum með frænda sínum sem var talsvert eldri. Þeir biðu á rauðu ljósi á eftir tveimur öðrum bílum, rétt fyrir hádegi á mánudegi. Frændinn ók nýlegri Toyotu Corollu sem hann hafði látið plata sig til þess að kaupa. Arnaldur skildi ekki hvaða annarlegu hvatir lágu að baki hjá fólki sem virkilega borgaði pening fyrir slík ökutæki. Þeir létu útvarpið malla á meðan þeir höfðu ekkert að segja. Lagið "*Brown Sugar*" með Rolling Stones fjaraði út, og útvarpsmaðurinn lét ljós sitt skína: "Uss! Þetta var sko argasta þunga-rokk. Kannski er of snemmt fyrir svona harða tónlist, svona í upphafi viku..."

Arnaldur lyfti augabrún, og sagði við frænda sinn: "er þessi maður að spauga?"

"Kannski finnst honum þetta í alvöru."

"Þetta er eldgamalt lag, og ekki einu sinni það þungt. Hvað ætli honum finnist á um Iron Maiden?"

"Hann fengi sennilega taugaáfall. Annars held ég þetta sé meira í höndunum á mönnum á bakvið tjöldin. Við tveir, og flestir við þekkjum værum alveg til í að hlusta á Iron Maiden svona fyrir hádegi á mánudegi, en mennirnir á bakvið tjöldin halda að það fæli auglýsendur frá. Auglýsendur halda nefnilega að fólk sé hrætt við vissa tónlist. Og það er sennilega rétt hjá þeim."

Arnaldur kinkaði kolli. "Hvað ætli fólk hafi hugsað um Bítlana á sínum tíma?"

Frændinn glotti, og rifjaði upp hvernig tíðarandinn var árið 1963...

Árið er, 1963:

Hann var heima hjá kunningja sínum, sem hét Einar. Sá hafði nýlega eignast plötuspilara, og eina eða tvær plötur, sem honum þótti ansi lítið til koma. Einar var með nýja plötu frá einhverri útlendri hljómsveit sem sem mikið var látið með, og vildi leifa vini sínum að hlusta. Hann setti plötuna á fóninn, og sagði þegar hann setti í gang: "þetta lag heitir "*She Loves You*." Það er alveg frábært, hlustaðu!"

Lagið var vissulega aðeins örara en flest sem hann hafði áður kynnst. En hann fékk ekki að heyra lagið allt, vegna þess að eftir rúma mínútu kom móðir Einars askvaðandi inn, hrifsaði plötuna af fóninum og hrópaði í mikilli geðshræringu: "hvaða djöfla-tónlist ert þú að hlusta á drengur?"

"Uuu... Bítlana?"

"Þetta er tónlist djöfulsins! Vissir þú að ef þú raðar saman stöfunum í textanum þá getur þú fengið orðið SATAN?"

Einar horfði á vin sinn.

"Húsið mun sökkva niður til helvítis ef þú spilar meira af þessu!" og svo braut hún plötuna, fyrst í tvennt, svo í fernt, og fór að þylja fyrir munni sér á meðan hún braut plötuna í minni bita: "tónlist djöfulsins í nafni Satans í nafni Belial og Baphomet ég eyði þessum miðli..." og á meðan stráði hún sí-minnkandi plötu-brotunum á gólfið.

Þegar hún var farin út, þá leit okkar maður á Einar og spurði hann: "gerist þetta oft?"

"Bara þegar hún heyrir tónlist sem hún er ekki hrifin af. Þú hefðir átt að sjá hana þegar pabbi spilaði Veru Lynn."

"Ætli fólk hafi alltaf hagað sér svona?"

"Já. Amma segir það alla vegana..."

Árið er, 1915:

Amma Einars sat á baðstofuloftinu og heklaði með vinkonu sinni Sigríði, þegar þeim datt skyndilega í hug að taka lagið, vegna þess að þeim leiddist. Þær kunnu ekki mörg lög, bara "*Kom þú, kom, vor Immanúel*" og "*Ó, þá náð að eiga Jesú*," svo þær byrjuðu á því fyrra, með drafandi röddu eins og var í týzku þá, og þær sungu það sem þær kunnu af því tvisvar, og rauluðu svo það seinna á sama hátt.

Þær voru búnar að syngja "*Ó, þá náð að eiga Jesú*" einu sinni og voru hálfnaðar með það í seinna skipti þegar þær heyrðu mikið þrusk að neðan, og örvinglunar-óp. Og allt í einu stökk Séra Jón inn á baðstofuloft og kallaði upp yfir sig: "hvaða djöfla-söngva eru þið að syngja?"

"Þetta er ekki djöfla söngur," sagði amma Einars; "þetta er um Jesú!"

"Það er Sataniskur Jesú!" tónaði Séra Jón.

"Það er ekki satt!"

"Það er satt! Ég þarf að tilkynna þetta afbrot til sýzlumannsins, því það varðar við fjörbaugsgarð, jafnvel þarf að safna í nornabrennu!"

Árið 1963:

"Hvað segirðu, hvernig slapp amma þín frá þessu?"

"Hún slapp ekki, en þeir áttu ekki nægan eldivið til þess að brenna hana alla, svo hún slapp með annars og þriðja stigs bruna á fótunum. En hún gekk aldrei alveg eðlilega eftir þetta," sagði Einar.

"Hvað hefi gerst ef hún hefði geta spilað Bítlana?"

"Ætli þeir hefðu ekki drekkt henni tvisvar, og sent hana svo á Brimarhólm. Ég veit það ekki."

"Já... leitt með plötuna. Hún virtist ágæt."

"Æi... ég þarf bara að fylgjast með hvort mamma er heima fyrst áður en ég spila tónlist."

"Ég veit, þú færð þér bara hund. Ég þekki náunga..."

ÁRIÐ 1999:

Frændinn horfði á Arnald og glotti: "ég hugsa að þú verðir farinn að heyra Iron Maiden í útvarpinu eftir svona tuttugu ár."

Arnaldur dæsti.

Árið 2025:

Arnaldur dæsti. Hér var hann, árið 2025, Iron Maiden fékk loksins spilun í útvarpi og hann var á hestbaki, með ekkert útvarp.

Græna ljósið logaði, og Blesi tölti af stað. Hann fór heim og sofnaði út frá LGBTQ+ áróðri.

7.
Arnaldur og tilvonandi fulltrúi SGDMLRH

@ FANNAR SNÆR VAR BARA rétt sestur niður fyrir framan tölvuna með kaffið sitt og byrjaður að fara yfir verkefni dagsins, þegar uppi varð fótur og fit: "Það hefur verið gerð árás á dómsmálaráðherra!"

Fannar Snær fölnaði. "Hvað gerðist?" spurði hann.

"Einhver flaug dróna í hausinn á honum. Hann er alveg stórslasaður. Augljóslega hryðjuverk!"

Fannar stressaðist allur upp, en það hlakkaði líka í honum. Nú myndi þjálfun hans hjá SGDMLRH koma að góðum notum. "Hvenær gerðist þetta?"

Einhver annar svaraði: "fyrir svona korteri."

"Hægri Öfgamenn!" gall við í Fannari.

"Augljóslega."

Fannar var allur á iði næstu mínúturnar, á meðan fregnir voru að berast af hinni fólskulegu árás.

"Hann hefur misst auga. Siggi segir að þyrluspaðinn hafi fari í það, og það sé í mauki. Andlitið á honum er allt í tætlum. Hann sá það með eigin augum!" sagði einn.

"Bráðaliðarnir segja að hann sé kinnbeinsbrotinn," sagði annar.

"Jói segist hafa fundið eyrað af honum á gangstéttinni," sagði sá þriðji.

"Ertu viss um að það hafi verið eyrað af honum?" spurði sá fjórði.

"Auðvitað. Hve mörg eyru heldur þú eiginlega að detti af mönnum og liggi bara um allt?"

Fannar þagði og hlustaði á vinnufélaga sína bera hver öðrum fréttir, og kom engu í verk á meðan. Svo komu loksins nýjar fréttir: "það er búið að finna sakborninginn!"

Allir þögnuðu og litu í áttina að þeim sem talaði: "góðar fréttir!" sagði hann, og leifði spennunni að magnast. Svo hélt hann áfram: "þetta reyndist vera umsækjandi um alþjóðlega vernd."

Þetta var mikið spennufall, og menn andvörpuðu af létti.

"Guði sé lof að það er ekkert alvarlegt," sagði Fannar við sjálfan sig, fékk sér kaffisopa og sneri sér aftur að tölvunni.

Hálftíma síðar birtist Arnaldur, og þeir gátu borið saman bækur sínar yfir kaffibolla í svona korter, áður en þeir voru sendir í útkall vegna mjög alvarlegs hatursglæps. Arnaldur ranghvolfdi augunum, en Fannar færðist allur í aukana: "nú fáum við sko að fást við alvöru hægri-öfgamann!" sagði hann spenntur, og neri saman höndunum á leið út á gang. "Nú getur þú lært réttu handtökin af mér!"

Arnaldir hristi höfuðið. Honum datt ekki í hug eitt augnablik að hann gæti lært nokkurn skapaðan hlut af Fannari. Maðurinn drakk ekki einu sinni alvöru kaffi. Honum til mikils ama komst Fannar út í bíl á undan honum, og settist undir stýri. Arnaldur tók sig samt til og slökkti á talstöðinni.

"Við þurfum engar truflanir, við vitum alveg hvað við erum að fara að gera," sagði hann.

"Ef það verður hryðjuverkaárás..."

"Þá leifum við sérsveitinni að eiga við það."

Fannar gretti sig.

"Vart þú ekki einu sinni í sérsveitinni?"

Fannar kinkaði kolli; "jú, ég var víst þar í þrjú ár."

"Treystir þú þeim ekki alveg?"

Fannar andvarpaði.

"Þú getur örugglega sagt margar skemmtilegar sögur."

"Kannski á eftir."

"Það lýst mér vel á. Við rennum við í einhverri sjoppu og fáum okkur kaffi, og þú getur sagt mér skemmtilegar sögur af frægðarverkum sérsveitarinnar."

Fannar hvessti augun á hann. Arnaldur virtist einlægur. Fannar yppti öxlum: "allt í lagi. Ef við höfum tíma á eftir skal ég segja þér eitthvað af þessu."

Arnaldur virtist sætta sig við það svar, og hann hækkaði í útvarpinu. Það voru fréttir:

"Hér hjá okkur er Gauti Snær, ráðherra iðnaðar, loftslags og skordýra, til þess að svara nokkrum spurningum," byrjaði fréttamaður.

"Kolefni," sagði Gauti Snær.

"Þegar kemur að kolefni, hvað það varðar?"

"Kolefni," svaraði Gauti Snær íbygginn.

"Hvað getur þú sagt okkur hvað varðar hnattræna suðu þegar kemur að loftslagsmálum hvað það varðar?" spurði fréttamaður.

"Kolefni. Kol-efni."

"Takk fyrir það. Þetta er Einar Snær, fyrir RÚV."

Fannar leit á Arnald. Arnaldur dæsti, og skipti um rás. Hann setti bara á *80ies Flash Back*, enda engar fréttir á þeirri rás. Eftir rúmt korter renndu þeir í hlað hjá hinum grunaða.

"Hefur þú þurft að eiga við hatursglæpi áður?"

"Ég hef nú bara leitt þá hjá mér."

Fannar starði á Arnald. "Við hvað ert þú eiginlega að vinna hérna?"

"Að reyna að framfylgja lögum?"

Fannar dæsti bara, losaði öryggisbeltið og kom sér út úr bílnum. Arnaldur fylgdi honum er hann steðjaði í átt að dyrunum, og undirbjó sig andlega til þess að hafa valdamannslegri útgeislun. Hann barði að dyrum. Frekar venjulega útlítandi maður kom til dyra.

"Ert þú Valdimar Eiríksson?"

"Það er ég."

"Við erum Lögreglan á Höfuðborgarsvæðinu."

Valdimar hallaði undir flatt, augljóslega hissa.

"Við erum hér vegna þess að þú kallaðir Hvít-Heftan einstakling niggara."

"Já, og hvað með það?"

"Það var hringt inn og kvartað við okkur vegna þess."

"Ágætt. Og hvað viljið þið?"

Arnaldur leit á Fannar.

"Þetta gæti verið alvarlegur hatursglæpur," sagði Fannar.

"Nei, það er það ekki. Ég hef nefnilega Niggara forréttindi!"

"Þú hefur engin niggara forréttindi."

"Jú víst, sjáðu bara," og Valdimar dró fram veski sitt og sótti þangað lítinn miða sem hann rétti Fannari.

Fannar tók við miðanum og las: "Niggara Forréttindaskýrteini."

"Ha? Má ég sjá þetta..." sagði Arnaldur og Fannar rétti honum miðann. "Þetta skýrteini er plastað."

Valdimar kinkaði kolli.

"Heldur þú að þetta gefi þér rétt til að segja niggari við hvern sem er?" spurði Fannar valdmannslega.

"Já," svarði Valdimar og kinkaði kolli. "Ég hef rétt til þess að segja öll N-orðin."

Arnaldur leit upp, og í augun á honum: "það stendur hér að það renni út eftir tvö ár."

"Já, ég þarf að endurnýja reglulega."

Arnaldur gjóaði augunum að Fannari, sem hvessti augun á móti. Svo leit hann á Valdimar, og sagði: allt í lagi, þú sleppur í þetta sinn, en í framtíðinni skaltu ekki kalla niggara niggara svo hann heyri."

Fannar fölnaði, og það kom á hann mikill hneykslunar-svipur. Valdimar kinkaði kolli.

"Það er bara sjálfsögð kurteisi," sagði Arnaldur rólegur, og rétti manninn skírteinið aftur.

Valdimar kinkaði kolli.

Fannar sagði ekkert, og þeir kvöddu manninn, sem lokaði dyrunum og þeir sneru aftur í bílinn.

"Þetta var lúalegt hjá þér," sagði Fannar þegar þeir voru komnir að bílnum.

"Hvað? Hann hefur Niggara Forréttindi. Það er ekkert sem við gátum gert."

"Arr," rumdi Fannar pirraður, og settist inn í bíl.

"Vissir þú," sagði Arnaldur þegar þeir höfðu spennt beltin; "að það er jafn dónalegt að segja orðið *náriðill* fyrir framan náriðil, og að segja *niggari* fyrir framan negra?"

Fannar gretti sig, en þagði.

"Ég las þetta í bækling. Því meira sem þú veist..."

Þeir hlustuðu á *80ies Flash Back* og tóku stefnuna á næsta kaffihúsi. Þeir höfðu ekki keyrt lengi þegar síminn hans Fannars hringdi. Það eina sem Arnaldur heyrði var: "Já? Núna? Nei ég er í vinnu... geturðu ekki bara gert það á eftir? Nei, ekki mjög, reyndar. Allt í lagi. Ég kem þá."

"Hver var þetta?"

"Konan. Hún fór í sund með vinkonum sínum, og vill að ég nái í krakkann."

"Við getum alveg sótt hann," sagði Arnaldur.

"Við þurfum að koma við í sundlauginni."

"Ha? Af hverju?"

"Til að víxla bílum. Barnasætið er í hinum bílnum."

Arnaldur ranghvolfdi augunum: "þetta er vinnubíllinn."

"Ekkert mál, við vorum hvort eð er ekkert að fylgjast með neinum útköllum," sagði Fannar, og gaf Arnaldi lymskulegt augnaráð.

Arnaldur yppti öxlum: "sama er mér."

Fannar beygði.

"Annars, hverskonar bíll er þetta?"

"Strumpastrætó."

Arnaldur kinkaði kolli. "Þú átt bara einn krakka, er það ekki?"

"Jú. Því spyrðu?"

"Af hverju þarftu strumpastrætó fyrir bara einn krakka?"

"Æi, konan..."

"Æi konan já," sagði Arnaldur og kinkaði kolli.

Fannar yggldi sig. Þeir þögðu báðir þar til þeir komu að sundlauginni.

8.

Arnaldur verður fórnarlamb hatursglæps

ARNALDUR ELTI FANNAR inn, mest af vana. Fannar steðjaði beint á búningsklefana, þar sem hann nam staðar og byrjaði að róta í vasa sínum eftir einhverju.

"Ætlar hún að koma til dyra?" spurði Arnaldur.

"Nei, ég fer bara inn og hún lætur mig fá lyklana, og ég læt hana fá mína..."

"Bíddu... ætlar þú bara að vaða þarna inn?"

Fannar starði á Arnald, og virtist hissa.

"Þetta er kvennaklefinn..."

"Já. Og?" Hann rétti Arnaldi eitthvað: "hérna, settu þetta á þig."

Arnaldur leit í lófann og sá að hann hélt á hárspennu með bleikri slaufu. Hann leit á Fannar.

"Þú setur þetta bara í hárið á þér svona," hann setti rauða slaufu með hvítum doppum í hárið á sér; "og svo skilgreinir þú þig bara sem konu, og þá máttu alveg vera þarna inni."

Arnaldur starði á hann.

"Þannig eru reglurnar." Og Fannar opnaði dyrnar og gekk inn.

Arnaldur horfði á dyrnar lokast. Hann leit á slaufuna, aftur á dyrnar, yppti svo öxlum, setti slaufuna í hárið og elti Fannar.

Dulargervið virtist virka. Fannar gekk rólegur í gegnum búningsaðstöðuna og rakleitt inn í sturtu. Þar skimaði hann um þar til hann rak augun í konu sína, sem var að þvo á sér hárið. Við hlið hennar var vinkona hennar. Fannar heilsaði upp á þær báðar, og hunsaði tvær aðeins eldri konur sem voru við hlið hennar og fjórar táningsstelpur sem stóðu hinumegin.

Ekki gekk þetta alveg svona fyrir Arnald, en um leið og sást til hans hófst upp skarkali, og stelpunum í sturtuklefanum stökkbrá þegar hann birtist í gættinni.

"Ah, þetta er vinnufélagi minn," sagði annar rólegur og benti á Arnald, sem horfði vandræðalegur í kringum sig.

Arnaldur rétti konu Fannars hendina, og hún heilsaði honum. Hann heilsaði líka vinkonu hennar.

"Já, ég ætla bara að skola sápuna úr hárinu á mér, og svo skal ég láta þig fá lykilinn," sagði hún við Fannar. "Bíddu bara á meðan, það tekur enga stund."

Fannar kinkaði kolli.

Unglingsstúlkurnar litu vandræðalegar hver á aðra, og á Arnald. Hann reyndi að brosa vinalega til þeirra.

Fannar og kona hans voru eitthvað að ræða um hvað ætti að vera í matinn, og hvað væri til í ísskápnum. Arnaldur náði því ekki, aðrir hlutir höfðu athygli hans.

Daman sem var að þvo sér hinumegin við konu Fannars var að hvessa á hann augun. Hann kannaðist við hana, þó hún væri ekki í neinu. Þetta var Dísa í mötuneytinu. Hann brosti til hennar, og varð að viðurkenna fyrir sjálfum sér að ekkert fór henni ágætlega þó honum líkaði ekki persónuleikinn. En hún var ekkert ánægð að sjá hann, og hún vatt sér undan sturtunni og benti á á hann ásakandi fingri og sagði háum rómi: "þú átt ekkert að vera hér inni!"

Arnaldur horfi í augun á henni. Allra augu beindust nú að þeim.

"Jú," sagði Arnaldur.

"Þetta er kvennaklefinn! Þú ert ekki kona!" sagði Dísa reið.

Arnaldur leit við á Fannar, á konu hans, vinkonu hennar, og svo aftur á Dísu: "jú víst!" Áður en Dísa náði að segja eitthvað, bætti hann við: "sjáðu bara þessa slaufu sem ég er með!"

"Þessi slaufa gerir þig ekki að konu og gefur þér engan rétt til þess að vera hérna!"

"Ég skilgreini mig sem konu og það gerir mig sko að þeirri konulegustu konu sem nokkurn tíma hefur konað!"

Unglingsstúlkurnar störðu á þau, á Fannar og vinkonur hans og á eldri konu sem stóð hinumegin og yppti bara kæruleysislega öxlum.

"Ertu trans? Síðan hvenær ertu trans?"

"Ég bara vaknaði í morgun og leið eins og konu!"

"Hvað? Nei! Þú ert karlmaður! Drullaðu þér út! Núna!" Dísa potaði í hann til áherzlu.

"Þú getur ekki gert þetta við mig! Ég er kynferðislega vökvakennd flæðilína! Ég hef réttindi!"

Dísa leit á Fannar og konu hans, í von um einhverja hjálp, en þau bara ypptu öxlum.

"ÚT MEÐ ÞIG!" öskraði Dísa.

"Er það svona sem þú kemur fram við samborgara þína af minnihlutahópi?"

Dísa sló til hans.

"Ah! Ofbeldi í garð transfólks! Hatursglæpur!"

"AAAAAA!" skrækti Dísa og barði til hans með báðum höndum, en Arnaldur bar það af sér.

"Hjálp! Það er verið að fremja á mér trans-þjóðarmorð!" kallaði hann.

Hún gafst upp, og stormaði út.

Hinar konurnar og Fannar horfðu á eftir henni. Það heyrðust einhverjir skrækir að utan, og svo mátti heyra í Dísu: "hættið að horfa á mig!"

Arnaldur litaðist um. Unglingsstelpurnar voru byrjaðar að þvo á sér hárið. Hann spurði konu Fannars: "er þetta alltaf svona?"

Hún hristi hausinn.

"Hvað haldiði annars að þetta taki langan tíma hjá ykkur?"

"Ég er að verða búin," sagði kona Fannars, og var að teygja sig í kranann þegar mikill skarkali heyrðist og inn ruddust fjórir sérsveitarmenn með lambúshettur og vélbyssur.

Nú öskruðu unglingsstelpurnar. Tvær konur á þrítugsaldri sem voru ný-stignar inn snarstönsuðu og litu hissa á hver aðra. Arnaldur fórnaði höndum.

Þegar sérsveitarmennirnir þóttust vissir um að þeim stafaði engin ógn af fólkinu í sturtuklefanum, þá slöppuðu þeir af, og heilsuðu uppá Arnald og Fannar: "Arnaldur! Fannar! Eru þið hér?" sagði einn sérsveitarmannanna hissa.

"Já," sagði Fannar.

"Nei," svaraði Arnaldur.

"Hvað eruði annars að gera?" spurði Fannar.

"Útkall, auðvitað," sagði sérsveitarmaðurinn. "Okkur var tilkynnt að hér væri hægri-öfgamaður að fremja þjóðarmorð á transfólki."

"Hatursglæpur," bætti annar við; "alvarlegt mál."

Herðarnar sigu á Arnaldi við að heyra þetta.

Mikil öskur heyrðust að utan, og brátt birtust tveir fílefldir sérsveitarmenn með Dísu á milli sín, og lét hún ófriðlega.

"Þarna ertu perrinn þinn!" æpti hún er hún sá Arnald: "þetta skal ég sko muna þér!"

"Þetta var ekki mér að kenna," sagði Arnaldur, alvarlegur en rólegur í bragði.

Þau horfðu á en sögðu ekkert á meðan Dísu var fylgt út.

Arnaldur leit á Fannar, svo á sérsveitarmennina, og sagði svo: "þeir ættu kannski að klæða hana..."

"Það er óþarfi á þessum síðustu og frjálslyndustu tímum," svaraði sérsveitarmaðurinn, og Arnaldur kinkaði kolli.

Ein unglingsstelpan kom trítlandi með símann sinn, og fékk Arnald til þess að taka myndir af sér og vinkonum sínum með sérsveitarmönnunum. Hann lét það eftir henni, og sagði um leið: "þetta var ekki alveg svona þegar ég var yngri." Hann rétti stelpunni símann, og sneri sér svo að Fannari og konu hans: "þetta hefur verið ágætt show. Er þetta alltaf svona?"

Fannar og kona hans hristu höfuðið.

"Þetta er í fyrsta skipti sem sérsveitin kemur," gall við í vinkonu hennar.

Fannar gretti sig. "Komum okkur," sagði hann við Arnald, og hann gekk í skápinn þar sem kona hans geymdi fötin sín og bíllyklana, skipti út hennar lyklum fyrir sína, skilaði henni skápalyklinum aftur, og svo fóru þeir út.

"Hvers vegna öskruðu þær ekki þegar þú labbaðir inn, en um leið og ég kom inn þá varð allt vitlaust?" spurði Arnaldur þegar þeir voru komnir út á plan. "Hvers vegna er það?"

Fannar dæsti bara. "Það er ekki hægt að fara neitt með þig," sagði hann.

Arnaldur hristi hausinn. Þetta var allt hafið yfir hans skilning.

9.
Þórður æfir skotfimi

ÞÓRÐUR KOM SÉR UPP aðstöðu til skot-æfinga. Honum þótti það vissara, til þess að geta gert þetta tilræði sitt á áhrifaríkari hátt. Hann hafði laumast til þess að koma sér upp aðstöðu í yfirgefnu iðnaðarhúsnæði. Eða það var í að minnsta ekki í notkun þessi dægrin, og virtist hafa staðið autt í einhverja mánuði. Hann færði til einhverja kassa, tómar olíutunnur og þrjú eða fjögur vörubretti, og hafði þetta fyrir skotmörk. Að auki voru þarna einhverjar málningarfötur og annað brak sem hann nýtti í sama tilgangi.

Hann raðaði skotfærunum á eina olíutunnuna: hann var með skyr, kotasælu, jógúrt með ávaxtabragði og remúlaði. Hann tók vopnin sem hann hugðist prófa úr vasanum: tvær stórar matskeiðar, önnur úr hnífaparaskúffu Helga Hó, hin úr hans eigin safni. Hann sneri þeim á fingrum sér til skiptis, valdi svo aðra, og hófst handa.

Þórður beitti skeiðinni eins og valslöngu: hann hélt henni með annarri hendi á meðan hann spennti hana með hinni, miðaði, og sleppti svo. Slummurnar flugu vítt og breytt um salinn. Eftir um klukkutíma var hann farinn að ná að hitta málningardollur af tíu skrefa færi, sem honum þótti nokkuð gott. Helgi Hó hafði unnið með styttra færi. En hann var líka að sinna sinu starfi í fortíðinni, þegar lögreglan var ekki að stressa sig eins mikið á að fólk sullaði matvælum á ráðamenn.

Þórður hélt sig við efnið, og kom alltaf í húsnæðið eftir vinnu og skaut gumsi í einn eða tvo klukkutíma. Við vikulok var hann farinn að geta skvett skyri á ferð, rúllað sér og skvett skyri inn á milli kollhnísa, og hann gat jafnvel skotið því á lofti meðan hann stökk yfir hina ýmsu palla sem hann hafði reist sér þarna. Hann var farinn að verða mjög ánægður með sig. Sem var eins gott, vegna þess að það styttist óðfluga í opinbera heimsókn forseta Færeyja.

Þórður límdi andlits-myndir af ráðamönnum á málningardósir, og skaut á þær. Hann lagði metnað sinn í að hitta Benjamín Bjarnason í augað. Á fimm sekúndum gat hann hitt skyri í þrjá ráðamenn. Það hlaut að vera nóg. Hann velti fyrir sér hve langan tíma hann fengi í veruleikanum. Kannski fengi hann fimm sekúndur? Kannski tíu.

En Þórður iðkaði ekki bara skotæfingar, heldur var hann líka búinn að athuga vel svæðið þar sem hann hugðist skvetta skyrinu. Hann hafði gengið þar um, tekið myndir, mælt út helstu fjarlægðir, og viðað að sér hinum ýmsu gögnum. Þau voru öll fáanleg á netinu, á heimasíðu nokkurra ráðuneyta.

Hann hafði fengið tvo vini sína til þess að hringja inn tilkynningar um vafasamt athæfi hægri-öfgamanna daginn sem hann ætlaði að láta til skarar skríða, til þess að dreifa athygli þeirra aðeins. Sjálfur ætlaði hann að gera slíkt hið sama. Ekki bara til þess að fjölga útköllum, heldur líka bara vegna þess að vinir hans áttu það alveg til að gleyma sér.

Það góða við ofsóknaræði yfirvalda var að það yrði auðvelt að dreifa athygli þeirra.

10.
Álpappahattur

ARNALDUR TÓK SMÁ KRÓK umhverfis Mývatn á Blesa sínum áður en hann mætti til vinnu. Dísa hvessti á hann augun þegar hann kíkti í mötuneytið til þess að fá sér kaffisopa á meðan hann beið eftir Fannari, sem var í símanum. Hann brosti til hennar.

"Hvernig skilgreinir þú þig núna?" spurði hún hann.

"Ég er svört lesbía í hjólastól núna," svaraði hann; "það er extra mikill hatursglæpur að rífast við mig í dag." Hann vissi þetta vegna þess að hann hafði lesið það í einum af þessum bæklingum sem stjórinn var að láta hann lesa.

Dísa ranghvolfdi bara augunum.

Arnaldur glotti. Hann var að verða útlærður í úrkynjunarfræðunum, svo mjög að hann gæti flutt í 101 ef hann kærði sig um. En það gerði hann ekki, kommúnistum er nefnilega svo illa við dýr, og það vildi einmitt svo til að Blesi var einmitt eitt slíkt.

"Stjóri vill hitta þig á eftir. Þig og þennan samkynhneigða félaga þinn," sagði Dísa við hann, og reyndi að fela að það hlakkaði aðeins í henni.

Arnaldur yppti bara öxlum. Hann settist niður og drakk kaffið á meðan hann skoðaði fréttirnar í símanum sínum. Hann var að klára kaffið þegar Fannar kom röltandi og sagði: "við þurfum að ræða við vitni..."

"Þurfum við fleiri? Bíðum við ekki bara eftir gögnum frá tæknideildinni og skrifum þetta út með hliðsjón af því?"

Fannar virtist eitthvað ringlaður.

"Það er ekki eins og þetta hafi verið morð..."

"Við verðum að ræða við þetta vitni."

"Af hverju?"

"Vegna þess að þetta vitni býr í innréttuðum bílskúr og gengur um með álpappahatt."

Arnaldur dæsti: "andskotinn. Það var svosem auðvitað." Hann lagði frá sér kaffibollann og leit á Fannar: "getum við ekki bara sleppt álpappahatts-vitninu í þetta eina sinn?"

"Nei," svaraði Fannar um leið og hann hristi hausinn; "þú veist hvernig það er. Það þarf að fara í gegnum allt ferlið."

Arnaldur stóð upp. "Stjóri vill ræða við okkur."

"Okkur? Mig líka?"

"Svo er mér sagt."

Fannar fylgdi Arnaldi að skrifstofu lögreglustjórans, og þeir gengu inn eftir að hafa bankað uppá.

Stjórinn leit upp frá tölvunni og spurði hvernig gengi með rannsóknina.

"Ágætlega," svarði Fannar; "við eigum bara eftir að ræða við eitt vitni, og svo er bara að bíða gagna frátæknideildinni."

"Það er gott. Þá hafiði tíma til þess að fara í vopnaþjálfun. Þið báðir."

"Nú? Hvers vegna?"

"Það varð annað slys. Fimm manns slösuðust við herþjálfun núna í morgun. Blöðin hafa enn ekki frétt af því. Eins og þið vitið þá verður opinber heimsókn forseta Færeyja innan skamms, og það stóð til að herinn tæki að sér öryggisgæzluna. En nú eru víst ekki eftir nema fjórir hermenn, og það er ekki nægur tími til þess að redda meiri mannskap í gæzlu, svo þið verðið að taka eitthvað af henni að ykkur."

Arnaldur og Fannar litu hver á annan.

Stjóri hvessti augun á Arnald: "þið þurfið að mæta hjá Dolla Snæ klukkan fjögur. Hann bíður eftir ykkur." Stjóri benti á Arnald: "ekki orð um neitt í hans garð!"

Arnaldur litaðist um flóttalega, en kinkaði bara kolli.

"Þetta er bara formsatriði. Það er ekkert val, þið gerið þetta eða farið að vinna hjá *Bæjarins Bestu*. Þið mætið hjá honum, skjótið nokkrum skotum eitthvað út í loftið, fáið hvor sína skammbyssuna, sem þið passið að týna ekki, og svo verður ykkur tilkynnt seinna hvar þið eigið að mæta vegna öryggisgæzlunnar."

Arnaldur kinkaði bara kolli.

"Klukkan fjögur?" spurði Fannar.

"Klukkan fjögur."

Fannar leit á úrið sitt. Hann leit á Arnald: "klárum þetta. Við höfum tíma til þess að fá okkur borgara á eftir."

"Abb!" gall við í stjóra, og þeir sneru sér við. "Þú varst að lesa fræðzluefnið, er það ekki?" spurði hann Arnald.

Arnaldur kinkaði kolli.

"Segðu mér eitthvað sem þú last."

"Uhm... já... í náriðla-heiminum þykir mjög pervertískt að vera náriðill. Svo það er best að viðurkenna ekki fyrir þeim að maður sé eðlilegur."

"Þetta var ekki orðað svona..."

"Nei. En þetta var merkingin."

"Notaðu svo *N-orðið* í framtíðinni."

"Niggari?"

Stjóri dæsti þungan og hristi höfuðið: "nei, hitt n-orðið."

Arnaldur rétti upp fingurinn, og var að hugsa um að segja eitthvað, en þagði, Fannari til mikils léttis, og hann og Fannar gengu út.

Þeir fundu bílinn úti á stæði. Kona Fannars hafði skilað honum fyrirtækisbílnum, sem Arnaldi þótti gott, honum fannst strumpastrætóinn vera eitthvað svo mikil heygrind. Fannar settist undir stýri, og Arnaldur slökkti á talstöðinni, hækkaði í útvarpinu og stillti á fréttirnar: "... var sérsveitin kölluð til vegna hatursglæps í sundlaug..." hann sperrti eyrun og leit á Fannar, sem hafði hrokkið við og leit til baka á hann: "... hægri öfgamaður hafði gert aðsúg að tveimur transkonum, og hafði í frami ógnandi tilburði og hatursorðræðu. Þegar sérsveitina bar að garði var hægri-öfgamaðurinn að bera sig á sundlaugarbakkanum. Hann var handtekinn og er málið rannsakað sem hryðjuverk."

"Við erum í fréttunum!" sagði Arnaldur og glotti.

Fannar hristi höfuðið og nuddaði á sár ennið, "Ég hata þig svo mikið núna." Hann stillti útvarpið á *80ies Flash Back* og þagði þar til þeir voru komnir á leiðarenda.

Bílskúrinn var næstum því alveg á bakvið hús, og það var gamall jeppi fyrir framan hann, ekki á númerum. Fannar bankaði uppá.

Til dyra kom kona sem leit út fyrir að vera rétt skriðin yfir þrítugt. Hún var í ullarpeysu og með alpappahatt.

"Ugla Þorsteinsdóttir?"

"Það er ég, hverjir eru þið?"

"Ég er Fannar Snær Aldísarson Gunnarsson Laxdal rannsóknarlögreglumaður og þetta er Arnaldur," sagði hann og sýndi henni skírteinið sitt. Hún horfði á það í eina sekúndu, svo á hann, með undrunarsvip. "Við erum hér til þess að spyrja þig nokkurra spurninga um gamla vinkonu þína, Sóley Sunnu Snævarsdóttur."

Ugla kinkaði kolli, og bauð þeim inn: "má kannski bjóða ykkur kaffi?"

"Að sjálfsögðu, ef það er ekki of mikil fyrirhöfn," sagði Arnaldur.

Fannar hvessti á hann augun.

Þeir fengu sér sæti við lítið borð í öðrum enda hússins á meðan Ugla setti á kaffivélina. "Þetta verður tilbúið eftir smá stund," sagði hún, og fór og settist hjá þeim. "Hvað viljiði svo vita?"

"Ja, bara... hvernig var hún þegar hún var á lífi? Þú þekktir hana þegar þið voruð á táningsaldri, var það ekki?"

"Já..." sagði Ugla, og það kom á hana fjarrænn svipur, og hún leit upp og þagði. Þegar hún hafði setið kjur og þagað svona í næstum hálfa mínútu, þá veifaði Fannar hendinni fyrir framan augun á henni, og hún hrökk í gang: "afsakið, ég var bara að rifja upp atburði úr fortíðinni."

Arnaldur og Fannar kinkuðu kolli.

Ugla hóf sögu sína: "Sóley var alltaf mjög umhverfismeðvituð, alveg frá unga aldri, eða að minnsta kosti frá því að ég kynntist henni. Hún hafði alla tíð miklar áhyggjur af loftslagsmálum, og allskonar losun lofttegunda út í andrúmsloftið, sama hvaðan. Ég man til dæmis einu sinni þá vildi hún láta alla setja tappa í púströrin á öllum bílum fyrir utan skólann. Mig minnir að við höfum verið fjórtán ára þá. Enginn tók þátt í því með henni, að vísu, en hún bjó nokkra tappa til úr eldhúsrúllu-rörum og bylgjupappa, og setti þá í nokkur púströr."

"Virkaði það?"

"Nei, þeir skutust allir úr strax. En hún reyndi þó." Ugla leit við, og sá að kaffið var tilbúið. "Kaffið er til, sitjið bara kyrrir, ég skal láta ykkur fá bolla og hella fyrir ykkur."

Arnaldur slappaði af og tók inn andrúmsloftið. Ugla var bara þrjátíu og tveggja, samkvæmt skjölunum, en hún bar sig eins og hún væri sextug. Hann saup á kaffinu, það var ágætt.

Ugla settist niður með bollann sinn og hélt áfram: "hún tók kolefnistrúna ekki upp alla einn daginn, heldur smám saman yfir langan tíma, jafnt og þétt, og gagnrýnislaust. Margir gera það, ekki bara hún. Ég man ennþá þegar hún komst að því að Lundúnir yrðu á kafi í vatni fyrir aldamót. Hún var óhuggandi í meira en viku, hún skrifaði pistil um að í skólablaðið. Ég las hann yfir fyrir hana, og sagði henni að birta hann ekki, vegna þess að Lundúnir væru enn ofan vatnsborðs. En þá verð hún reið við mig og ásakaði mig um að trúa ekki á loftslagið. Ég nennti ekki að rífast við hana, ég þekkti hana nógu vel til þess að vita að það stoðaði ekkert. Við vorum í MR þá, og strákarnir ætluðu aldrei að hætta að gera grín að henni fyrir þennan pistil."

"Bíddu... þetta var þegar hún var sextán ára?" spurði Fannar.

"Já."

"Var það ekki 2009? Talsvert eftir aldamót?"

"Jú. Það var þess vegna sem þeir gerðu grín að henni svo mikið. Sem betur fer var hún löngu hætt í námi þegar hún frétti af því að ísbirnirnir hefðu dáið út af völdum hnattrænnar hlýnunar. Þetta var um mitt ár 2012, ef ég man rétt. Ég man að hún hringdi í mig í öngum sínum, hún vissi ekki hvað hún átti að gera, það var eins og enginn hlustaði á hana, öllum væri bara sama þótt ísbirnirnir hefðu horfið af yfirborði jarðar vegna útblástursssvindls Volkswagen verksmiðjanna. Ég þorði ekki að segja henni hvernig staðan var hjá ísbjörnunum. Hún fékk ekki sínar upplýsingar á sama stað og ég. Ég reyndi að segja henni að allt þetta tal um kolefni væri bara samsæri til þess að búa til afsökun til þess að skattleggja fólk, og nota peninginn svo í stórar og dýrar veizlur á suðrænum eyjum, þar sem boði er uppá kaviar, kampavín og átta ára vændiskonur. Þá sagði hún mér að ég væri bara vísinda-afneitari, og tilkynnti mér að hafið væri augljóslega byrjað að sjóða, Al Gore hafði sagt henni það. Hún sagði að ég vissi ekkert um loftslags-jafnrétti, veðurfarslegt kynþáttahatur og kynjað hitastig. Það var líka alveg rétt hjá henni, enginn veit neitt um neina slíka hluti, vegna þess að þeir eru ekki til. Já... ég hitti hana seinast fyrir örugglega tveimur mánuðum, og þá var hún komin með mikla bumbu. Ég held að hún hafi verið komin langt á leið, örugglega sjö mánuði. Þá sagði hún mér að hún hefði sett tappa í rassinn á sér til þess að draga úr persónulegum útblæstri. Ég hélt ég myndi deyja, ég hló svo hátt. En hún varð sármóðguð og kallað mig loftslagsrasista og strunsaði út. Það var í síðasta sinn sem ég sá hana."

"Já..." sagði Fannar, og virtist ringlaður á þessari sögu.

Arnaldur sat bara og horfði á Uglu. Skilningsljós skein af andliti hans. Þeir stóðu báðir upp, þökkuðu fyrir spjallið og kaffið, og yfirgáfu húsið.

"Hún hefur jafn litlar áhyggjur af loftslagsmálum og þú, þessi," sagði Fannar í hæðnum tón er þeir settust í bílinn.

"Ég held að loftslagsáhyggjur fórnarlambsins séu mikilvægt púsl í spilið," sagði Arnaldur.

"Nú? Hvernig þá?"

"Bíðum eftir tæknideildinni, svo segi ég þér það."

Fannar hristi höfuðið, kveikti á vélinni, og þeir stefndu á næsta hamborgarastað.

11.

Vopnaskak

ÞEIR MÆTTU Á TILSETTUM tíma í vopnaþjálfunina. Hún fór fram niðri í kjallara, þar sem var stutt skotæfingasvæði, tuttugu og fimm metra færi lengst, og hólfað niður svo fjórir gátu verið þar samtímis. Þeir nældu sér í heyrnarskjól áður en þeir gengu inn, og Arnaldur setti sitt á strax, en Fannar var bara með það á hausnum. Inni var Dolli Snær að bíða eftir þeim, hálf-sköllóttur maður með smá ístru, íklæddur grárri hettupeysu með áberandi NAMBLA nælu. Hann var með heyrnarskjólin um hálsinn, og hélt um skeftisendann á Heckler & Koch 16 riffil, útbúinn hljóðdeyfi og doppusigti, sem hann lét hvíla með hlaupið á ristinni á sér.

Arnaldur lyfti augabrún þegar hann sá Dolla, en sagði ekkert.

"Þá eru þið þjakkarnir komnir á námskeið," sagði Dolli. "Það verður stutt, ég hef nefnilega ekki tíma, ég þarf að fara og ná í palestínska flóttabarnið sem er að flytja inn til mín."

"Palestínska hvað?" spurði Arnaldur.

"Hann heitir Hassan og er tíu ára. Hann ætlar að búa hjá mér um stund." Dolli glotti.

"Stundar þú nokkuð Sporting leirdúfur?" spurði Arnaldur, til þess að segja ekkert saknæmt.

Dolli horfði á hann, hafði greinilega langað til þess að ræða meira um þetta flóttabarn sitt, en svaraði fljótt: "já, því spyrðu?"

"Engin ástæða. Bara svona datt það í hug."

Dolli hvessti augun á Fannar, og spurði: "Fannar Snær... Laxdal, er það ekki?"

"Það er ég," svaraði Fannar.

"Þú byrjaðir í sérsveitinni um það leiti sem ég hætti."

"Passar. Var þar í tvö ár. Næstum þrjú. Ég hætti þegar ég hóf störf hjá SGDMLRH."

Dolli kinkaði kolli. "Ég er viss um að þú hefur lent í mörgum athyglisverðum verkefnum."

"Ó já. Allt háð vissri þagnarskyldu."

"Bara fyrir alþýðuna, einhverja óbreytta borgara. Við erum ekki svoleiðis, er það? Okkar á milli lenti ég ekkert í mörgu, við vorum byrjaðir að taka að okkur mjög mörg útköll vegna minniháttar umferðarlagabrota áður en ég hætti. Að sjálfsögðu veit ég að þetta voru allt mjög mikilvæg útköll sem fyrirbyggðu mikið af alþjóðlegum hryðjuverkum hægri-öfgamanna, en... það bara sat ekki alveg rétt í mér, þú veist? Síðasta útkallið var þegar við vorum sendir til þess að athuga með mann sem hafði verið tilkynnt um að trúði ekki á loftslagið.'

"Bjó hann nokkuð í Fossvoginum?" spurði Arnaldur.

"Jú, mikið rétt!"

Arnaldur kinkaði kolli.

"Mér fannst það ekki vera í mínum verkahring."

"Varst þú ekki á vakt þegar Osama bin Laden sást í felum í grafarvoginum?" spurði Fannar.

"Nei, en ég heyrði þá sögu. Það kom á daginn að þetta var bara köttur sem leit út alveg eins og Osama bin Laden. Það var víst mikið spennufall, þó við vissum auðvitað vel að jafnvel köttur sem bara leit út eins og bin Laden orsakaði mikla hryðjuverkaógn. Hvað með þig? Lentirðu ekki í neinu skemmtilegu?"

Fannar brosti með sjálfum sér, og rifjaði upp atburði úr fortíðinni...

FANNAR SAT Í SENDIBÍLNUM á hraðferð í útkall. Menn voru mjög spenntir, sú sem hafði hringt inn hafði verið í mikilli geðshræringu, frávita af ótta. Fannar leit á félaga sína, alverlegur í bragði, og þeir athuguðu hvort sjálfvirku karbínurnar væru ekki örugglega í lagi í fjórða sinn. Svo settu þeir niður lambhúsetturnar, og byrjuðu að gera sig andlega reiðubúna.

"Heyriði... hvert erum við að fara?" spurði Snær Snær allt í einu, og þeir alir lituðust um út um gluggana.

"Æ, helvíti hafi það!" sagði annar, og Fannar vissi hvað vandamálið var. "Erum við í alvöru að fara þangað aftur? Við vorum hérna í síðustu viku! Ekki einu sinni fyrir viku!"

Andleg líðan Fannars tók dýfu. Það var rétt hjá félaga hans, þetta reyndist útkall á sama stað og bara fjórum dögum áður.

"Annað helvítis ryksugu-útkall!"

"Hey!" Snær Snær hvessti róminn: "fólk er hrætt!"

"Við ryksugur..."

"Ryksugur sem líta út alveg eins og AK-47! Þú veist eins og ég að AK-47 getur drepið mann af kílómetra færi með sérstökum úran-fylltum plast-skotum. Bara vindgusturinn af slíku skoti getur tekið hausinn af fjörutíu kílóa dverg á tvöhundruð metra færi! Það væri réttlætanlegt að fara í hundrað útköll vegna svona ryksugu bara til þess að fara í eitt útkall út af hægri-öfgamanni með slíkt vopn!"

Fannar þagði. Hann skildi hvað Snær Snær var að segja. Mikil hryðjuverkaógn stafað einmitt af þessum ryksugum, eins og hann sagði.

Þegar þeir komu á leiðarenda kom á daginn að þetta var einmitt ryksugu-útkall. Maðurinn hafði verið að ryksuga gluggatjöldin með hinni ógnvekjandi Electrolux Clean 600 ryksugu, mest ógnvekjandi ryksugu sem framleidd hefur verið, vegna þess hve mjög hún líkist SAAB Bofors AT4 sprengjuvörpu, sem er á hverra manna færi að eignast, og eru sérlega vinsæl vopn meðal glæpaklíka í suðurhluta Chicago, í þá þeim tilgangi aðallega að ræna brennivínsbúðir sem eru þar opnar allan sólarhringinn.

"Æi, ekki þið aftur," sagði maðurinn þegar Fannar og félagar hans í sérsveitinni brutust inn til hans, gráir fyrir járnum, og ógnuðu honum með vélbyssunum sínum. Þeir fóru inn í eldhús, og fundu þar fullt af vopnum, sem þeir gerðu öll upptæk, auk þess sem þeir grömsuðu í verkfærakassanum og fundu nokkur vopn í viðbót.

Þetta mál rataði í blöðin, og náði að hræða fleiri vitfirringa í 101 Reykjavík, en náði aldrei mikið lengra, vegna þess að stórhættulegir kasthnífar, eins og krökkt er af í hverri hnífaparaskúffu eru ekki bara kolólöglegir, heldur líka fullkomlega löglegir, eins og í öllum öðrum löndum heims, svo og unglingamorðsbreddur eins og hinn nafntogaði Jason Vorhees notaði í heimildarmyndunum um hann eru víst líka löglegar, þrátt fyrir ítrekuð mótmæli og ramakvein fólks.

Það var sama hversu mikið Fannar reyndi að sannfæra sig um að þetta hafarí væri allt í þágu almanna-öryggis, þá leitaði samt að honum sú ógnvekjandi hugmynd að hann væri að gera tóma vitleysu, og hvert útkall væri að hafa hann beinlínis að fífli.

"Nei!" sagði hann við sjálfan sig á hverjum degi fyrir framan spegilinn; "ég er að vinna mikilvægt starf! Fólk er hrætt! Ég er að draga úr ógn í samfélaginu!" og hann sá fyrir sér fimmtíu metra háan mann vopnaðan ryksugu traðka á Reykjavík.

Hann rifjaði upp þjálfunina, meira en sex mánuðir af þrotlausum æfingum, ítrekaðar ferðir til þartilgerðra eldvopna-munka í Himalaja-fjöllum til þess að læra á leyndardóma hinnar mögnuðu galdratækja sem MP-5 karbínurnar vissulega eru, innhverf íhugun, steranotkun... og hann var sendur þrisvar á mánuði til þess að ógna manni sem hafði sést ryksuga gluggatjöldin. Fólk var vissulega mjög hrætt, en hann gat ekki samsvarað sig með ótta þess. Og hann gat þetta ekki lengur, og lét færa sig yfir í hina ný-stofnuðu Sérlegu Greiningadeild Miðlægra Rannsóknarhagsmuna.

... EN FANNAR SAGÐI EKKI frá þessu, og lét nægja að segja: "það var tilkynnt um margar ryksugur."

Dolli kinkaði kolli og brosti. Hann skildi þetta, hafði séð slíkt gerast.

En Fannar hafði samt stutta sögu að segja: "það var fullkomið útkall; við vorum kallaðir út vegna meiriháttar atviks við Bókhlöðuna. Þar hafði maður bakkað bíl sínum á annan bíl í ógáti, og við mættum allir á staðinn, ef vera skyldi að þetta væri hryðjuverk í undirbúningi. Fólk er hrætt, og allt það, fattaru?"

Dolli kinkaði kolli.

"Við komum á vettvang á met-tíma, alveg fimm mínútum eftir að þetta var hringt inn, og við vorum komnir með leyniskyttugengi á þak Bændahallarinnar og tvö leyniskyttugengi á þak Bókhlöðunnar bara tveimur mínútum síðar. Við komum okkur fyrir tveir við hvort horn Bændahallarinnar með karbínur, og svo voru fjórir aðrir sem nálguðust frá Bókhlöðunni sem tóku sér skjól bakvið bíla. Við vorum með allt planið valdað. Við kölluðum út tvær þyrlur. Tvær! Þær hringsóluðu um, með skyttu reiðubúna í hvorri. Og svo kom brynvarði bíllinn."

"Og?"

"Þetta reyndist bara vera óhapp. Hvorugur gaurinn skildi hvað við vorum að gera þarna með allt þetta gengi með okkur. Matti hjálpaði þeim að fylla út tjónstilkynningu og þá var það útkall bara búið."

Dolli kinkaði kolli, íbygginn á svip.

"Eintóm vonbrigði."

Arnaldur starði á þá í forundran. Þetta var mesta rugl sem hann hafði nokkurn tíma heyrt, en hann beit í tunguna á sér og þagði.

"Fólk er hrætt," sagði Dolli, þess vegna þurfum við að vera reiðubúnir, og mæta í öll útköll. "Allavegana, þetta hér er svona M-16 riffill," sagði Dolli, og vippaði rifflinum upp til þess að sýna þeim. "Ég er sá eini hérna inni núna sem hefur næga þjálfun til þess að beita svona græju."

"Gáðu að því hvert þú beinir þessu," missti Arnaldur út úr sér, þegar hann sá Dolla veifa rifflinum óþægilega nálægt Fannari. M-16 riffillinn var næstum því jafn ógnvekjandi og ryksuga.

"Hey, ég er fagmaður! Ekkert stress, hann er ekki einu sinni hlaðinn," sagði Dolli, og togaði í gikkinn til áherzlu.

Mikill þrumandi hvellur endurómaði í rýminu. Fannari krossbrá, og hann hélt fyrir eyrun. Arnaldur hristi bara höfuðið. Dolli leit hálf-kindarlega út núna.

"Jæja," sagði Dolli, og bisaði við að taka magasínið úr. Hann setti það á skot-borðið, og sagði svo: "og nú er hann ekki hlaðinn..." og hann tók aftur í gikkinn, og annar hvellur hvað við.

"Ég ætla bara að leggja þetta frá mér," sagði Dolli. Hann setti riffilinn á borðið.

"Ég er með eyrnasuð," sagði Fannar.

"Allt í lagi," sagði Dolli; "nú förum við stuttlega yfir öryggisreglurnar áður en ég læt ykkur skjóta nokkrum skotum úr þessu til þess að athuga hvort þið eruð markvissir."

Þeir fóru yfir reglurnar. Arnald grunaði að það væri til þess að þeir gætu brotið þær á meira afgerandi hátt. Svo skutu þeir hvor um sig úr tveimur magasínum á skotmark af tuttugu og fimm metra færi, sem Arnaldi þótti niðurdrepandi auðvelt, til þess að geta skjalfest að þeir hefðu gert það.

Næst á dagskrá var að kynna sér skammbyssurnar. Dóri athugaði hvort þær væru hlaðnar áður en hann rétti þeim sitt hvora. Hann var með eina sjálfur. Þetta voru bara Glock 17, venjulegustu skammbyssur sem framleiddar hafa verið.

"Þið athugið að þið megið ekki láta neinn sjá þessar skammbyssur," sagði Dóri, alvarlegur í bragði.

"Að sjálfsögðu, enda vita allir að maður með skammbyssu er jafn ógnvekjandi fyrir venjulegt fólk og tíu ára krakki með vasahníf er fyrir barnanauðgara," svaraði Arnaldur, jafn alvarlegur.

Dóri hvessti á hann augun: "hvað sagðir þú?"

"Ég var að taka undir það sem þú sagðir. Fólk er hrætt."

"Já. Passaðu þig. Þessi græja er bæði flókin og hættuleg, og einungis fyrir sérþjálfaða fagmenn eins og mig, en ekki óvita eins og þig."

Arnaldur hafði vissulega aldrei meðhöndlað svona grip áður, og skoðaði græjuna aðeins. Hún var léttari en hann bjóst við.

"Það eru full magasín á borðinu," sagði Dolli, og benti.

Arnaldur og Fannar komu sér fyrir og skelltu magasíni í byssuna.

"Allt í lagi, þið getið tekið öryggið af núna, og sjáum svo hvernig ykkur gengur að hitta þetta spjald af tíu metra færi."

Arnaldur leit aftur á hólkinn. Hann vissi ekki hver af þessum tökkum á hliðinni var öryggið, og ýtti fyrst á einn, sem gerði ekkert, og svo annan, sem olli því að magasínið datt úr. Það var þriðji takkinn sem alveg fór með hann. Þegar hann var að fikta í þeim takka þá skiptist byssan í tvennt, og hann hélt á efri hlutanum í hægri hendi og þeim neðri í vinstri hendi. Þetta gat ekki verið rétt, hugsaði hann, og leit upp á Dolla, sem stóð rétt hjá og var að bora í hausinn á sér með hlaupinu á sinni byssu. Eins og menn gera.

"Viltu að ég sýni þér hvernig á að gera þetta?" spurði Dolli.

Arnaldur leit á partana sem hann hélt á, svo á Dolla: "já."

Dolli hjálpaði honum að púsla vopninu saman aftur. Ekki eitt orð um öryggi í þetta sinn, og Arnaldur náði að puðra nokkrum skotum á þetta mark. Það reyndist auðvelt þegar á reyndi, þó Arnaldur hefði alveg þegið að æfa sig einu sinni á dag í svona mánuð fyrst. En það var ekki í boði. Svoleiðis var bara aldrei í boði.

"Þetta verður að sleppa," sagði Dolli, og klóraði sér í hálsinum með framsigtinu á skammbyssunni er hann skoðaði skotmörkin. Hann var með fingurinn á gikknum allan tímann, eins og lög gera ráð fyrir. Hann var hissa að þeir skyldu hafa hitt þau jafn vel og þeir gerðu, en sagði ekkert. "Þið getið farið, ég bý til skírteinið og læt senda ykkur það á morgun. Ég þarf að fara og ná í palestínska flóttabarnið mitt."

Arnaldur og Fannar kvöddu hann, og fóru út, nú með sitthvora skammbyssuna í vasanum.

"Hvernig vissir þú að hann stundar Sporting Leirdúfur?" spurði Fannar, þegar þeir voru komnir út á bílastæði.

"Ég sá það á því hvernig hann hélt á rifflinum. Það eru sko tvær gerðir af leirdúfuskotfimi; *Sporting* og *Skeet*. Í *Sporting* þá miða þeir alltaf haglabyssunum á fótinn á sér á meðan þeir bíða eftir að gera. Í *Skeet* miða þeir haglabyssunni alltaf á hausinn á sér."

Fannar náði að kinka kolli einu sinni, en ekki meir. Það var eitthvað rangt við það sem Arnaldur hafði sagt honum, og hann gat ekki sett fingurinn á hvað það var. Ekki að það skipti máli.

12.

Áhyggjur af Loftslagsmálum

ARNALDUR SKUTLAÐI FANNARI heim til sín. Svo kíkti hann á stöðina til þess að fá sér kaffi. Dísa ullaði á hann er hann birtist í mötuneytinu, eins og venja var, en þar hitti hann líka Hall í tæknideildinni, sem sagði: "ég var einmitt að bíða eftir þér!"

"Uppgötvuðuð þið eitthvað?"

"Ekkert þannig. Við verðum komnir með allar niðurstöðurnar fljótlega, þetta skotgengur allt saman."

"Það er gott."

"Sennilega eftir opinbera heimsókn forseta Færeyja. Það er best, held ég."

Arnaldur kinkaði kolli, hann var ekkert að flýta sér.

"Hún Tinna vélritaði dagbækur fórnarlambsins. Við prentuðum þær út fyrir þig," sagði Hallur og rétti Arnaldi bunka af A4 blöðum; "við vitum vel hversu þægilegt þér finnst að lesa af pappír."

"Hverjum finnst ekki betra að lesa af pappír en af tölvuskjá?"

"Segðu."

"Þakka þér fyrir þetta," sagði Arnaldur, og tók við blöðunum. Hann var samt nokkuð viss um að það sem þar stóð skrifað myndi lítil áhrif hafa á rannsóknina.

Hallur kvaddi hann og hélt aftur til sinna starfa, og Arnaldur fór að blaða í þessum nýju gögnum. Þetta voru vissulega dagbækur, og hann blaðaði aðeins í þeim á meðan hann var að klára kaffið, og ákvað að hafa þær með sér heim og lesa þær fyrir svefninn. Ef ekki annað, þá ættu þær að svæfa hann.

Arnaldur klappaði Blesa sínum þegar hann kom út á plan, og gaf honum smá kornflex. Hann kom við á Egilsstöðum á leið sinni heim, til þess að njóta náttúrufegurðarinnar þar, og fá sér kvöldverð á sjoppunni. Svo kom hann sér fyrir í hægindastólnum sínum með kaffibolla og hóf lesturinn:

Neyðarástand hefur skapast vegna loftsbreytinga af mannavöldum! Hlusta þarf á ákall ungs fólks um að leggja miklu meira fjármagn í aðgerðir gegn loftslagsvánni og forða þannig komandi kynslóðum frá mun meiri kostnaði með tilliti til félagslegs réttlætis!!!

Ekki skildi Arnaldur hvað þetta þýddi, né í hvaða samhengi þetta var, en hann hélt ótrauður áfram:

Náttúran á alltaf að njóta vafans og vísindaleg þekking þarf að vera undirstaða aðgerða í loftslagsmálum og mikilvægt er að stefnumótun og aðgerðir séu uppfærðar reglulega og byggist á vaxandi þekkingu þegar kemur að rannsóknum!!!

Arnaldur nennti ekki að lesa meira af þessu, heldur blaðaði lengra, þar til honum sýndist Sóley vera hætt að predika. Það voru tíu blaðsíður af þessu. Arnaldur hristi höfuðið, það þurfti sjúkan huga til þess að uppdikta svona vitleysu, og hann hugsaði með sér hvort það hefði eftir allt saman verið einhver missir í Sóleyju.

Hann fann nokkrar blaðsíður af persónulegum málum, og þar með hvernig Sóleyju hafði liðið eftir að hún komst að því að prump samanstendur af lofttegundum, og tvær heilar blaðsíður af áhyggjum hennar af þeim, og áhrifum þeirra á loftslagið. Hann fór yfir þær á hundavaði. Svo tíundaði hún í löngu máli hvernig hún setti tappa í rassinn á sér til þess að draga úr sinni einka-losun, nokkuð sem gekk ekki upp fyrr en í fjórðu tilraun. Þetta var víst allt spurning um rétta límið. Ekkert af þessu voru hlutir sem Arnaldi hefði nokkurn tíma hugkvæmst.

Sóley varð greinilega fljótt sárkvalin af völdum tappans, sem hún þorði ekki að taka úr né láta athuga með af ótta við losun loftslagsbreytandi lofttegunda, svo hún var farin að ná sér í verkjalyf hjá vafasömum aðilum.

Inn á milli fjallaði hún um fyriræltlanir sínar að hella sinnepi á Sólfarið, til þess að vekja athygli á loftslagsmálum, og hún nefndi líka að hún átti orðið fjórar gerðir af lími, sem hún gæti notað til þess að líma sig við Sæbrautina, ef hún væri í stuði til þess.

Síðasta málsgreinin var svona:

Þegar kemur að loftslagsaðgerðum þarf að rýna með tilliti til loftslagsverkfallanna og vinna þarf aðgerðaáætlun um samfélagslega aðlögun að yfirvofandi skautuðum breytingum vegna hamfarahlýnunar svo tryggja megi réttlát umskipti og að aðgerðir bitni ekki á efnaminna fólki!!!

Arnaldur sofnaði út frá þessu, og missti handritið á gólfið.

13.
Postapokalyptískur Jeppi

ÞAÐ VAR MORGUN, OG Arnaldur var úti á plani þegar hann sá sprengjuna lenda. "Þar fór Keflavík," sagði hann við sjálfan sig, og vissi sem var að London, París, Brussel, Washington DC og Benidorm voru líklega glerjuð líka.

Hann litaðist um, en það var enga sérstaka breytingu að sjá, nema hvað hann tók eftir að menn með hanakamba, íklæddir mótorhjólabrynjum og BDSM göllum voru byrjaðir að starta skellinöðrunum sínum. Hvers vegna allt fylltist alltaf af mótorhjólamönnum með hanakamb og í BDSM göllum eftir kjarnorkustyrrjöld vissi Arnaldur ekki, hann samdi ekki reglurnar. En þarna voru þeir, og hann ákvað að forðast þá.

Arnaldur rak þá augun í stórt geimskip sem nálgaðist óðfluga, og virtist stefna til lendingar í Höfn í Hornafirði. Hann vissi einhvern vegin að hann varð að finna þetta geimskip, og yfirgefa jörðina í því.

Fyrr en varir var hann kominn á bílasölu. Þar sá hann almennilegan bíl sem hann langaði í: svartan Ford Excursion með V-10 vél. Ljóslega besti og frábærasti bíll sem framleiddur hefur verið. Þegar hér var komið við sögu voru allir flúnir bara eitthvert, ef ekki til þess að berjast við mótorhjólagengi, þá til þess að ganga til liðs við eitt slíkt, svo enginn var á staðnum og Arnaldur gat nælt sér í lyklana án vandræða.

Nú var bara að laga bílinn að breyttum aðstæðum í þjóðfélaginu, og í því skyni fór Arnaldur fyrst í Húsasmiðjuna til þess að ná í skrúfbolta, og svo í 101 til þess að ná í kolefnistrúarmenn. Hann ætlaði sér að ná í hinn nafntogaða Ómar Ragnarsson, en á leiðinni sá hann að hann var of seinn, einhver annar var búinn að bolta Ómar við húddið á bíl sínum, og var á leið með hann í átt að Ártúnsholtinu. Svo Arnaldur neyddist til þess að næla sér í nokkra nafnlausa kolefnistrúarmenn í staðinn, og hann boltaði þá við bílinn beint í gegnum upphandlegginn; einn á húddið, einn við hverja hurð, og einn við hvort afturbrettið. Svo setti hann tvo á afturhlerana og að lokum batt hann einn við stuðarann. Þannig útbúinn ók hann sem leið lá út úr bænum, og stefndi yfir heiðina í átt að Hveragerði, og á meðan æptu kolefnistrúarmennirnir þulurnar sínar: "Loftslagsjafnrétti Strax!"

"Mörgæsirnar eru að brenna!"

"Hafið sýður!"

"Jörðin mun hitna um 0.0015°C ef ekkert verður gert innan fimm ára!"

... og svo framvegis.

Hann var kominn í gegnum Selfoss þegar mótorhjólagengið birtist skyndilega. Hann hefði séð það nálgast hann, en kolefnistrúarmennirnir voru fyrir öllum speglum. En það skipti litlu, hann hefði aldrei geta stungið þá af hvort eð var.

Og mótorhjólamennirnir voru allir vopnaðir keðjum eða stálrörum, sem þeir notuðu óspart til þess að berja kolefnistrúarmennina. Þeir hefðu barið bílinn beint, og mölvað í honum hverja rúðu ef Arnaldur hefði ekki haft vit á að setja þessa költista á bílinn. Í staðinn lumbruðu óaldamennirnir á kolefnistrúarmönnunum, sem æptu við: "Hnattræn Hlýnun!"

"Kolefnisjöfnun!"

"Niður með Landbúnað Strax!"

Arnaldur reyndi að keyra mótorhjólamennina niður, með ansi dræmum árangri, á meðan þeir lúskruðu á költistunum með bareflum sínum, svo blóð og beinflísar fóru að festast við gluggana. En gluggarnir brotnuðu þó ekki, og þar með var tilganginum náð.

Eftir nokkra stund tókst Arnaldi að þvinga einn ofbeldismanninn út af veginum, svo hann ók ofaní skurð, og skömmu seinna ók annar beint framan á stærðarinnar dráttarvél sem kom á móti. Sá þriðji var að reyna að taka framúr honum þegar honum hlekktist eitthvað á, og rak afturhjólið í vinstra framhorn jeppans, svo hjólið valt í götuna, varð undir jeppanum og ýttist áfram með miklu neistaflugi, og þá kviknaði í því. Þar klemmdist á milli kolefnistrúarmaðurinn sem Arnaldur hafði fest við stuðarann. Þar sem ofbeldisseggurinn sem hafði setið á hjólinu þegar þetta gerðist var nú klemmdur undir hjólinu, byrjaði hann fljótt að raspast upp við núninginn, svo jeppinn skildi eftir sig rauða slóð þar sem hann fór, svo og mikinn svartan mökk. Við þetta misstu hinir ofbeldismennirnir áhugann á að elta Arnald, svo hann grunaði að þessi síðasti hefði verið leiðtogi hópsins. Mótorhjólið molnaði fljótt í parta sem hurfu undir jeppann þar til það var allt uppurið, og þá hurfu síðustu pirrandi auka-hljóðin.

Arnaldur nam staðar á Skógum til þess að gista þar. Honum sýndust allir kolefnistrúarmennirnir vera örendir, en það var enn smá vörn að hafa af þeim, svo hann var ekkert að skipta þeim út fyrir nýja. Hann gisti á hótelinu.

En það sem Arnaldur áttaði sig ekki á, var að í grennd var hjólhýsa-stæði, þar sem bjuggu margir náriðlar, og þeir runnu á lyktina af öllum dauðu kolefnistrúarmönnunum sem voru boltaðir fastir við bíl hans, og þeir tóku að leggja lók í líkin, bæði í viðeigandi göt og göt sem höfðu verið stungin af vélhjólamönnum.

Og þannig var ástandið þegar Arnaldur kom út á stæði um morguninn: bíllinn var ein náriðla-orgía. Eins og fram hefur komið var Arnaldir alveg sérlega náriðla-fóbískur maður, og hann náði sér í rape-teipið sitt og flýtti sér að teipa náriðlana fasta við líkin, við einhver mótmæli náriðlanna. Sem hann hunsaði. Og svo hopaði hann um borð í jeppann, nú með tvöfaldri lífrænni brynvörn, og keyrði af stað, sem leið á til Hafnar í Hornafirði.

Arnaldur var búinn að ná umferðarhraða þegar náriðillinn sem var næstur honum bankaði á gluggann og heimtaði að hann færi hægar. Arnaldur brást við því með því að skrúfa niður rúðuna og segja við manninn: "haltu kjafti, náriðill!"

Náriðilinn setti hljóðan við þetta, og virtist hann nokkuð hvekktur á að heyra Arnald segja forboðna N-orðið svona kæruleysislega, svo varð hann móðgaður, og svo hrópaði hann: "Perri!" og hann hrópaði til hinna náriðlanna: "hann er ekki einn af okkur!"

Hinir náriðlarnir urðu fyrir miklu andlegu áfalli þegar þeir fréttu að þeir hefðu verið brottnumdir af svo harðsvíruðum hægri-öfgamanni að hann var ekki einu sinni náriðill, og þeir hrópuðu allir í kór: "Perri! Perri!"

Og þannig æddi bíllinn um Suðurlandsundirlendið, þakinn náriðlum sem kyrjuðu í samhljóm: "Peeeerrrrriiii!!!" þar til annað vélhjólagengi varð þeirra vart; þetta tvöfalt fjölmennara en hið fyrra, en líka skipað mönnum í BDSM búningum og vélhjólabrynvörn og með hanakamb.

Og vélhjólagengið náði fljótt Arnaldi, vegna þess að hann fór svo hægt yfir, þyngdur af dauðum kolefnistrúarmönnum og lifandi náriðlum, og þeir hófu að berja náriðlana með pípum og keðjum. Og náriðlarnir, sem voru illa festir, bara teipaðir við kolefnistrúarmennina, en ekki boltaðir fastir gegnum bein, þeir féllu af bílnum og rúlluðu á götunni, og sumir urðu fyrir vélhjólunum svo kviðir þeirra sprungu og iðrin sulluðust út og flæktust í hjólum vélfákanna svo að þeir hlekktust á og urðu eftir. Arnaldir tók eftir er hinn æðislegi jeppi hans léttist smám saman og komst hraðar er fleiri og fleiri skrokkar duttu af og þvældust fyrir vélhjólamönnunum. Á sama tíma sulluðust innyfli dauðu kolefnistrúarmannanna niður, og fóru í hjól vélhjólanna svo af varð mikill subbuskapur, sem óaldarmennirnir vildu forðast, og héldu sig frá.

Arnaldur sá geimskipið á söndunum, og stefndi þangað, nú laus við alla vélhjólamenn. Geimskipið var stórt og glansandi, og mikið af jólalegum ljósum á því, þar sem það sveif lágt yfir söndunum. Arnaldur stöðvaði bílinn, stökk út og hljóp í átt að geimskipinu, veifandi höndunum til þess að vekja athygli á sér...

"Það var drept fjögur fólk á Gaza í gær," tilkynnti útvarpsþulurinn honum, og það urgaði í honum. Þetta hafði þá bara verið draumur. "Andskotans," sagði hann við sjálfan sig og lagðist á grúfu. Honum hafði liðið ágætlega í draumaheiminum, svona mestmegnis.

"Skautuð kynjun þegar kemur að jöfnuði er grunnundirstaða miðlægrar þáttunar," sagði einhver spekingur sem var að tjá sig um Guð einn vissi hvað, og Arnaldur ákvað að slökkva bara á útvarpinu áður en hann fengi heilablóðfall af því að hlusta á það.

14.

Forseti lendir

ÞAÐ VAR KOMIÐ AÐ ÞVÍ. Forseti Færeyja, Edvin Trándsson og kona hans Klara, lentu einkaþotu sinni í Reykjavíkurflugvelli. Mikill fjöldi fólks var mættur til þess að taka á móti honum: þarna var kominn Benjamín Bjarnason, kona hans Ingigerður og tveggja ára barn þeirra; Gauti Snær loftslagsráðherra var þarna með spúsu sinni; landbúnaðarráðherrann Logi Snær, kona hans og tvö stálpuð börn þeirra; Logi Snær var íklæddur rósóttum kjól og hafði á höfði sér hárkollu. Hann og fjölskilda hans voru öll með sömu bros-grettuna, svo skein í allar tennurnar, og starandi augu svo sást í hvítuna allan hringinn. Þau voru öll mjög stíf í hreyfingum eins og fuglahræður, og færðu sig þess vegna ekki mikið úr stað.

Einnig var þarna Marta Hrund skólamálaráðherra, með manni sínum, en þau virkuðu bæði nokkuð eðlileg, og Elínborg Fönn Gröndal, ráðherra miðlægra grundvalla á sviði menningarstigs, eiginmaður hennar. Þarna var líka Kári Snær dómsmálaráðherra, óþekkjanlegur vegna þess að höfuð hans var allt vafið í sárabindi svo hann leit út eins og múmía, auk konu hans og fjögurra ára krakka þeirra. Auk þeirra voru þarna ráðherra útlendingamála í útlöndum, ráðherra útlendingamála innlendis, og ráðherrar veðurfarsmála og ferðamannamála. Allt þetta merkisfólk hafði mætt á staðinn í sérinnfluttum Mercedes Benz drossíum, sem biðu þeirra í langri og virðulegri röð fyrir utan.

Þarna voru líka komnir nokkrir mótmælendur, ekki svo mjög til þess að hitta Edvin forseta, heldur til þess að ná athygli innlendra ráðamanna með skiltum sínum:

Stöðvið Zoofilíu-þjóðarmorðið

Stríð við Líberíu strax!

Og að sjálfsögðu: *Hvar er nýja stjórnarskráin?*

Einnig voru viðstaddir þeir félagar Fannar Snær og Arnaldur. Þeim var starsýnt á Loga Snæ og föruneyti hans, og voru að klóra sér í hausnum yfir þeim þegar þeir ráku augun í sérsveitarmennina sem voru á vakt, gráir fyrir járnum. Þeir veifuðu þeim, og sérsveitarmennirnir komu til þeirra og kynntu sig: "sæll Fannar," sagði Snær Snær.

"Sælir," sagði Fannar og benti á Arnald; "þú hefur hitt hann."

Snær Snær kinkaði kolli, horfði beint í augun á Arnaldi og benti á félaga sína: "þetta eru Andri Snær og Karl Snær."

Arnaldur kinkaði kolli. "Ætlaði ekki herinn að láta sjá sig líka?" spurði hann Snæ Snæ.

"Hann er þegar kominn," svaraði Snær, og benti.

Arnaldur sá þá gráa átta hjóla Mowag Piranha V brynvagninn, og varð að viðurkenna að hann hafði ekki tekið eftir honum. Þetta var augljóslega besti bíll sem smíðaður hafði verið. Það sást á hjólafjöldanum.

"Það sem eftir er af honum. Þarna sitja þeir og bíða þeir eftir skipunum," sagði Snær Snær.

"Mér skilst það séu bara fjórir eftir," sagði Arnaldur.

"Já, þeir hafa verið eitthvað óheppnir með handsprengjur blessaðir. Sjáðu til, þeir tóku í notkun nýjustu M35A2 handsprengjurnar, sem eru meira hvellur en flísar. Þær eiga að rugla óvininn í rýminu, og kannski gera hann heyrnarlausan, en ekki bækla hann of mikið. En það er eitthvað við þær sem gerir að verkum að þær springa í höndunum á mönnum."

Arnaldur kinkaði kolli. Hann hafði aldrei séð handsprengju, svo hann gat ekki komið með neinar tilgátur. Hann gjóaði augunum á Loga Snæ og fjölskyldu hans, sem stóðu upp við vegg með þetta undarlega bros frosið á sér, og hann benti á þau með þumlinum og spurði Snæ Snæ: "hvað er málið með þau?"

Snær Snær leit þangað sem Arnaldur benti, svo á Arnald, og sagði spyrjandi: "ertu að meina að þú hafir ekki heyrt það?"

Arnaldur lyfti augabrún. Arnaldur bætti við: "ég vissi ekki að hann ætti tvær stelpur."

Snær Snær glotti. "Alveg rétt, þið tveir jólasveinarnir voruð með slökkt á talstöðinni. Einmitt."

Fannar leit ásakandi augum á Arnald.

Snær hélt áfram: "Logi Snær lenti í því að nokkur Palestínsk flóttabörn ruddust inn til hans þegar hann og fjölskyldan voru að fara að sofa, og nauðguðu þeim. Svo sódómeruðu þeir þau öll með steikarhnífum, og skáru undan Loga og syninum, en umskáru konuna og dótturina. Hann heitir Lovísa Fönn núna."

"Ah..." Arnaldur kinkaði kolli. Hann leit á Fannar, sem starði á hann með miklum áhyggjusvip. "Ég hélt kannski að það væri eitthvað alvarlegt."

Fannari létti augljóslega.

"Þú ert að læra þetta," sagði Snær Snær. "Annars hef ég heyrt að þú sért alltaf að angra stjóra. Hafir náríðingar í flimtingum eins og einhver 90ies krakki."

"En ég er 90ies krakki."

"Já, þegar þú segir það... en ekki angra kallinn. Hann er orðinn það gamall, og þú veist hvernig menn verða þá. Menn fara að gjóa augunum á eiginkonuna þegar hún er sofnuð, og menn fara að velta fyrir sér gangi lífsins. Enda þess. Menn fara að spökulera í hvað gerist ef konan geispar golunni þarna í rúminu, kannski um nóttina. Og menn fara að hugsa um hvort þeir gætu kannski skellt sér á hana í eitt síðasta skipti. Eða tvö. Þannig byrjar það. Svo fara þeir að taka nærri sér að einhver segir N-orðið..."

"Niggari? Hvar?" gall við í Andra Snæ, sem hafði ekki verið að hlusta.

"Hitt N-orðið," andvarpaði Snær Snær.

"Ah..."

"Ég má segja öll N-orðin núna," sagði Arnaldur, og rétti Snæ Snæ Niggara Forréttinda-skírteini sem hann hafði dundað sér við að búa til skömmu áður.

Snær skoðaði það, og kinkaði kolli. "Það er plastað."

Arnaldur kinkaði kolli, stoltur.

Snær rétti honum skírteinið til baka: "reyndu samt að vera kurteis við kallinn. Hann er leiðinlegur við okkur alla ef þú pirrar hann."

"Ég skal skoða hvað ég get gert," sagði Arnaldur; "en ég lofa engu."

Snær Snær brosti.

Karl Snær hafði hinsvegar verið að hlusta á þá með öðru eyranu: "hafiði heyrt að Dolli er smá veikur."

"Hvað er að angra hann?" spurði Arnaldur.

"Palestínska flóttabarnið sem hann pantaði sér reyndist vera eitthvað aðeins eldra en tíu ára..."

"Ah..."

"Það skar undan honum og sódómeraði hann svo með hnífnum."

"Ææ."

"Hann... ég meina *hún*, heitir Dórótea núna."

Arnaldur sagði ekkert.

ÞÓRÐUR SAT Í BÍL SÍNUM skammt frá og fylgdist með er vélin lenti. Hann rétti hendina til að ná í símann sinn, en hætti við. Það væri best að gera þetta allt á réttum tíma, og þetta var ekki rétti tíminn. Ekki enn. Í sætinu við hlið hans var skeiðin hans Helga Hó, þar sem hann hafði troðið henni. Hún var ekki að fara á neitt flakk. Skyr-dollan var í glasahaldaranum á milli sætanna. Það var að verða volgt, en Þórður ætlaði ekkert að borða það hvort eð er.

Hann sat og beið rólegur á meðan ráðamenn heilsuðu hver öðrum. Hann gjóaði augunum öðru hvoru að brynvarða kagganum sem herinn var með þarna. Hann velti fyrir sér hvað svona kerra myndi kosta. Örugglega meira en íbúðin hans, þó var hún nú nógu dýr.

Innan tíðar birtist forseti Færeyja, og Þórður fylgdist rólegur með er honum var fylgt inn í bíl sem var aðeins stærri um sig en hinar drossíurnar. Svo hurfu ráðamenn einn af öðrum inn í hver sinn bílinn, er bílalestin lagði af stað, hægt en örugglega. Þórður fylgdist með er bílarnir skriðu framhjá. Hann þurfti ekki að elta þá, hann vissi alveg hvert þeir voru að fara. Þeir voru að fara í snittupartý í Ráðhúsinu. Hann ók af stað og fór aðra leið þangað. Hann lagði bílnum nokkurn spöl frá, eða við Bókhlöðuna. Hann þurfti ekkert að flýta sér. Þessi veisla tæki meira en tvo tíma. Hann tók skeiðina og stakk henni í vasann, og setti skyrið í hagkaupspoka áður en hann steig út úr bílnum. Svo gekk hann rólegur sína leið.

Þegar hann var kominn að Nesbraut sendi hann kunningjum sínum skilaboð um að byrja að hringja inn tilkynningar. Hann gekk svo yfir veginn, og rölti áleiðis meðfram Suðurgötu á meðan hann hringdi inn sína eigin tilkynningu.

15.

Snittupartý

ARNALDUR FANN SIG ALDREI í kokteilpartýum. Og þetta var að hans mati alveg sérlega slæmt kokteilpartý: það var fullt af allskonar Woke 101 liði, sem hann kærði sig ekki um að umgangast. Að versta var að það var spes kokteil-borð, alveg fullt af fyrirfram-blönduðum kokteilum og dýru koníaki, en hann var á vakt og mátti ekki snerta neitt af því. Hann starði löngunaraugum á kokteilborðið, allar viský-flöskurnar, logandi kertin... hann sneri sér við og fór og stóð einhversstaðar.

Fyrst stóð hann hjá tveimur barnageldurum og pedófíl. Hann kannaðist við pedófílinn úr sjónvarpinu, hann var þingmaður einhvers kommúnistaflokksins, og hét Valli Pedó. Eða var kallaður það. Hann var feitlaginn maður með gisið skegg og frekar sítt hár, eins og tónlistamaður. Annar barnageldarinn, kona á þrítugsaldri sem hann kannaðist við, hafði hitt hana í öðru partíi og móðgað hana með pedófóbískri hatursorðræðu. Hún sá hann ekki. Hann komst ekki hjá því að heyra í þeim:

"Ég er með dóttur mína á þroskaheftandi hormónum," sagði barnageldari 1.

"Ah..." kvað við í barnageldara 2. "Sonur minn er ekki byrjaður á þeim enn. Læknarnir vilja ekki áskrifa þeim fyrr en hann verður 15 ára."

"Ég er einmitt að vinna að frumvarpi þess efnis að færa sjálfræðisaldurinn niður í 8 ár, til þess að auðvelda kynskipti," sagði Valli pedó.

Arnaldur færði sig frá þeim, vegna þess að freistingin að skjóta þau öll í hausinn var farin að herja á hann. Hann dró úr vasa sínum appelsín flöskuna sína. Hún innihélt appelsín blandað til helminga á móti Tinda Vodka. Hann fékk sér sopa, og leið aðeins betur. Hann setti flöskuna aftur í vasann og skoðaði sig um.

Hann sá hóp eldri manna, þeir voru þrír, einn feitlaginn með gisið hár og oddhvasst nef, annar hár og grannur og ljóslega sá elsti af þeim öllum, sá þriðji lágvaxinn, sköllóttur og með ístru, en þó ekki farinn að grána.

"Fúþark gromp Manchester United!" sagði sá hávaxni.

"Borkadorkaplork Fram Afturelding!" sagði sá sköllótti.

"Maradonna florbó domp gurbitsa Pele!" sagði sá með ístruna.

"Knarfl, garþokk, mús..." sagði sá hávaxni, ísmeygilegur á svip.

"Mús..." sagði sá með hvassa nefið, eins ísmeygilegur.

"Múúús..." sagði sá með ístruna.

Arnaldur forðaði sér. Þessi menn voru augljóslega dýrariðlar, og hann vildi alls ekki vera nálægt þeim. Hann fékk sér meira appelsín áður en hann rambaði fram á hóp kolefnistrúarmanna, og hlýddi á hvað þeir höfðu að segja:

"Mér finnst að Ísland verði að ganga lengra en skuldbindingar Evrópusambandsins kveða á um hvað varðar samdrátt í losun gróðurhúsalofttegunda, draga þarf verulega úr losun sem heyrir undir evrópska viðskiptakerfið með losunarheimildir!" sagði einn.

Næsti kinkaði kolli og talaði: "viðbrögð við loftslagsvá þurfa að byggjast á áætlunum og fléttast inn í alla pólitíska stefnumótun sem mun hafa í för með sér djúpstæðar samfélagsbreytingar sem þurfa að vera grænar og styðja við þróun kolefnishlutlauss hringrásarhagkerfi!"

Og sá þriðji hélt áfram: "Náttúran á alltaf að njóta vafans, og hún á að vera í þjóðareign hvað varðar regluverk um umgengni og nýtingu sem þarf að byggja á vistkerfisnálgun og nýjustu rannsóknum hvað vistspor varðar."

Arnaldur fékk næstum því heilablóðfall af því að hlusta á þetta bull, og fékk sér stóran sopa af blöndunni sinni áður en hann forðaði sér frá þessu liði. Hann rambaði framá forsætisráðherrann, þar sem hann var að spjalla við forseta Færeyja. Þar stóðu líka Gauti loftslagsráðherra, Logi landbúnaðarráðherra, og Marta og Elínborg, ráðherrar skóla og menningar-einhvers.

Elínborg var að tjá sig um eitthvað þegar Arnald bar að garði: "... vegna þess að félagsleg skautun er orðin svo mikil hvað það varðar."

"Já, félagsleg skautun," endurtók Marta.

"Kolefni," sagði Gauti Snær.

"Já, kolefni," sagði Marta.

"Ég er sko enginn rasisti," sagði Logi Snær í gegnum tennurnar, þetta annarlega glott frosið á andlitinu á honum, og kona hans kinkaði kolli, með sama svip; augu galopin, starandi á ekkert.

"Við megum ekki gleyma því að hvað það varðar, þá er ástandið í þjóðfélaginu þannig að slíkt getur reynst erfitt á þessum mjög svo viðsjárverðu tímum," sagði Benjamín forsætisráðherra.

"Já, viðsjárverðir tímar," sagði Marta.

"Kolefni," skaut Gauti Snær inní.

"Trans gleði," sagði Logi Snær.

Forseti Færeyja rak augun í Arnald, og þeir horfðust í augu. Það var vonleysissvipur á Edvin forseta. Arnaldur yppti öxlum svo lítið bar á, og kinkaði kolli, til þess að sýna að hann vissi hvernig honum leið. Edvin lyfti glasi sínu til Arnalds, sem náði í appelsín-flöskuna sína og gerði slíkt hið sama á móti, áður en hann færði sig annað.

Arnaldi leið betur, vitandi að hann þjáðist ekki einsamall þarna. Honum varð litið á Fannar, sem var að fá einhver skilaboð, þar sem hann stóð og lét lítið fara fyrir sér á meðan hann spjallaði við Snæ Snæ.

"Það er útkall!" hrópaði Snær Snær yfir sig.

"Hvað er málið? Við erum eiginlega uppteknir," sagði nærstaddur sérsveitarmaður.

"Þetta er alvarlegt," sagði Andri Snær; "það sást til manns með ryksugu í Breiðholtinu."

"Ryksugu segir þú?" sagði Karl Snær.

Fannar heyrði þetta, og fékk djúpt Víetnam Flassbakk, svo öflugt að nærstaddir gátu vel heyrt í bæði *Run Through the Jungle* með Creedence og Huey þyrlunum, þar sem hann stóð og starði agndofa út í bláinn.

"Hvernig ryksuga er það?" spurði Karl.

"Nilfisk, held ég."

"Andskotinn! Það er sérstaklega ógnvekjandi ryksuga! Flýtum okkur!" og með það voru þeir roknir á braut, allir fjórir, og skildu Fannar Snæ eftir í sjokki.

Fannar Snær varð eftir, til þess að gæta fyrirmennanna. Það liðu innan við tuttugu sekúndur þar til næsta útkall barst: það hafði sést til manns með ryksugu uppi á Akranesi. Electrolux. Miklu meira ógnvekjandi ryksuga en Nilfisk. Hann gat næstum því séð Huey þyrluna sveima í kringum hausinn á sér, en hann gat ekkert gert, sérsveitarmennirnir voru á leið í Breiðholtið í mikilvægum erindagjörðum. Svo áttaði hann sig á að herinn var í startholunum. Herinn já... Herinn myndi redda þessu.

TUMI SNÆR HERSHÖFÐINGI sat í brynvarða ökutækinu og var að slaka á, þegar hann fékk skipun frá yfirboðaranum um að hann ætti að flýta sér upp á Akranes til þess að yfirbuga mann með sérlega ógnvekjandi ryksugu. Hann sneri sér að Gunnari Snæ ofursta, sem sneri sér þá að Birki Snæ liðsforingja sem gaf síðustu tveimur óbreyttum liðsmönnum Íslenska Hersins skipun: "Menn! Gerið ykkur tilbúna!"

Og þeir tóku allir eina af nýju M35A2 handsprengjunum, sem á stóð mjög greinilegu letri: *REMOVE PIN BEFORE USE*, og þar við hlið lítil ör sem benti á pinnann. Og þeir tóku pinnann úr. Þeir náðu flestir að setja sprengjuna á sinn stað aftur til þess að draga pinnann úr hinni handsprengjunni sinni, þegar fyrri sprengjurnar sprungu, hver á eftir annarri.

Tumi hershöfðingi starði á það sem eftir var af vinstri hendi hans. Það ýlfraði í eyrunum á honum, og hann fann flísarnar í andlitinu á sér. Hann leit aftur í bíl. Þar iðuðu menn hans, illa laskaðir. Og Tumi greip talstöðina og sagði: "það hefur orðið slys. Okkur vantar sjúkrabíl. Allar handsprengjurnar eru gallaðar... Yfir. Ha? Ég heyri ekkert."

16.

Skyr-árás

ÞÓRÐUR SÁ SÉRSVEITARMENNINA flýta séu út í tvo svarta ameríska jeppa, og keyra burt með miklu tilþrifum. Hann dró djúpt andann. Það var komið að honum. Hann gekk rólegur en ákveðinn inn þar sem hið fína kokteilpartý fyrirmenna var haldið, og hafði augun opin fyrir hættum.

Hann sá að fólk veitti honum enga athygli. Þarna var maður með andlitið vafið svo hann leit út eins og múmía, og þarna var hópur af trönnum með geðveikisglott. Þarna var maður í lopapeysu og með axlarhulstur að ganga á undan tveimur ölvuðum konum og einkennilega barnanauðgara-lega útlítandi manni. Honum heyrðist ein konan, sem hafði sig sem mest í frami vera að segja, bæði ákveðin og reiðileg: "þú þarft að eignast börn sjálfur, og þú þarft að skera af þeim kynfærin, annars veist þú ekki hvernig þetta er!"

Þórður hristi hausinn. Hann litaðist betur um, og sá mann sem stóð einsamall og virtist vera að rifja upp atburði úr fortíðinni. Ekki kannaðist hann við kauða, svo hann áleit sem svo að þetta væri leynilögga. Hann kom auga á Benjamín Bjarnason, þar sem hann stóð með konu sinni og var að spjalla við Edvin, forseta Færeyja, Gauta kolefni, Loga landbúnaðar og konu hans; Mörtu skólamála og Elínborgu miðlægra grundvalla, svo og ráðherra útlendingamála innlendis, sem enginn man hvað hét.

Þórður gekk að næsta borði, sem var hlaðið snittum, opnaði skyr-dolluna sína og setti hana þar fyrir framan sig. Svo dró hann skeiðina hans Helga Hó úr vasanum. Það blikaði á skeiðina þegar hann mundaði hana. Þórður fann dulmagnaðan kraft skeiðarinnar seiðast upp eftir handleggnum á sér á meðan hann horfði á hana í hendi sér. Hann horfði í kringum sig á fórnarlömbin. Hann hugsaði að hann gæti skvett á að minnsta kosti þrjú þeirra áður en hann næðist. Hann brosti út í annað, og nældi sér í smá skyr.

Enginn tók eftir því þegar Þórður mundaði skeiðina; með vinstri hönd á handfanginu og einn fingur hægri handar hélt henni spenntri á meðan hann miðaði. Og svo flaug slumman. Hún sveif í löngum og fallegum boga yfir herbergið, uns hún lenti með mjúkum smelli á brjóstkassa Benjamíns.

Það sló þögn á hópinn, og allra augu beindust að Benjamín, sem varð var við skyr-slummuna á sér. Hann potaði í hana, og horfði á gumsið á fingri sér, þefaði, og smakkaði.

"Skyr," sagði hann.

Hann hafði vart sleppt orðinu er önnur klessa skall á honum.

"SKYR! Ég hef orðið fyrir SKYR-ÁRÁS!" hrópaði Benjamín upp yfir sig og fell á hnén. Í því lenti stór skyr-klessa framaní konu hans, svo hún riðaði við, baðandi út öllum öngum á öðrum fæti þar til hún rak sig í smáréttahlaðborð og valt um koll. Næst varð Marta Hrund fyrir stórri skyr-klessu, fékk hana beint í smettið svo hún féll aftur fyrir sig á þetta sama borð, þó á öðrum stað, valt yfir það, og kom niður á hausnum hinumegin.

Elínborg rétt slapp við slummu, þar sem hún hljóp af stað, en æddi beint í fangið á konu Kára dómsmálaráðherra, og ráku þær saman hausana af slíku afli að dynkurinn bergmálaði um herbergið, og svo þær féllu þær báðar í gólfið.

Kári Snær var að hlaupa eitthvert er hann fékk skyr-slummu í bringuna, og snarsnerist með það sama og rúllaði með miklum tilþrifum yfir smáréttina.

Ráðherra útlendingamála í útlöndum fékk slummu í augað og féll öskrandi í gólfið. Ráðherra útlendingamála innlendis fékk eina í kviðinn, og hann gólaði á dramatískan hátt: "af hverju ég? Ég er of ungur til að deyja!"

"ÉG BRÁÐNA!" söng í forsætisráðherra þar sem hann var á hnjánum við hlið smáréttaborðsins.

Ráðherra veðurfarsmála rann á einni slummunni og rakst á borð þar sem á voru nokkur kerti og úrval af kokteilum. Varð þar af mikill eldhnöttur sem líktist helst lítill kjarnorkusprengingu. Þar týndist hann. Ráðherra ferðamannamála, auk eiginkonu loftslagsráðherra og eiginmanna Mörtu og Elínborgar misstu fótanna í höggbylgjunni og rúlluðu um gólfið.

Loftslagsráðherra varð fyrir miklu andlegu áfalli af að sjá þennan eld blossa upp, og allan reykinn sem af honum lagði, og hann hélt höndunum um höfuð sér og ópaði: "KOLEFNI!" áður en hann hljóp af stað eitthvert. En Þórður skaut skyr-klessu á hann sem hitti hann milli herðablaðanna svo hann féll við og rann á andlitinu beint á næsta vegg.

Þegar hér var komið hafði Arnaldur komið auga á Þórð, og steðjaði í átt til hans. Þetta sá Þórður, og honum leist ekki á blikuna heldur sleppti skeiðinni og tók til fótanna. Hann tók stefnuna á útidyrnar.

Á meðan þetta gekk á stóðu Logi Snær landbúnaðarráðherra, kona hans og börn eins og illa gerðir hlutir og hristust af ótta og spenningi svo þau minntu helst á hóp af fuglahræðum sem höfðu verið festar við uppþvottavél á fullum snúning. Fólk hljóp framhjá þeim alelda, menn rúlluðu um á gólfinu öskrandi. Þjónn gekk upp að þeim, otaði að þeim bakka og spurði poll-rólegur: "má bjóða ykkur snittu? Kavíar eða reyktan lax?"

Edvin Trándsson og kona hans gengu róleg að þjóninum. "Mér lýst vel á svona snittu," sagði Edvin, og þau tíndu upp hvert sína snittuna. "Þakka þér," sagði Edvin, og þjónninn kinkaði kurteislega kolli.

Þórður forðaði sér út á plan. Þar rak hann augun í þennan forláta 1978 módel Massey Ferguson traktor, sem var meira að segja í gangi. Hann hljóp að honum, stökk um borð, og ók af stað. Arnaldur kom fast á hæla hans, en gat ekki hlaupið jafn hratt og traktorinn. Til allrar hamingju var Blesi ekki langt frá, svo hann blístraði, og Blesi kom töltandi til hans. Arnaldur stökk á bak, og hóf eftirför.

Þórður ók sem leið lá yfir lágheiðina, framhjá Skógarfossi, framhjá DC3 brakinu á Sólheimasandi í átt að Ísafirði, allt með Arnald rétt á eftir sér. Þegar hann kom að Hljómskálagarðinum varð hann bensínlaus, og neyddist til þess að halda flóttanum áfram fótgangandi. En hann varð fljótt móður, og nam staðar. Arnaldur stökk af baki Blesa og gekk til hans. Hann nam staðar í um tuttugu metra fjarlægð frá honum, og þeir horfðust í augu.

"Gefstu upp," sagði Arnaldur rólegur.

"Aldrei!"

Þeir störðu á hvern annan, í keppni um hvor gæti verið hvasseygðari.

Runnaflækja fauk letilega á milli þeirra.

Arnaldur teygði sig í axlarhylkið sitt, og dró fram sviðakjamma. Hann beit í hann. Og hann horfði á Þórð á meðan hann tuggði. Svo sagði hann: "en ef ég gef þér sviðakjamma?" og hann reif neðri kjálkann af sviðakjammanum, og rétti hann fram.

Þórður hugsaði sig um. Svo slakaði hann á, og sagði: "allt í lagi." Og hann gekk að Arnaldi, og tók við neðri kjálkanum. Hann fékk sér smá bita, og hann og Arnaldur slökuðu á um stund og tuggðu. Skömmu seinna var Þórður kominn í varðhald.

17.

Tæknideildin skilar niðurstöðum

ARNALDUR ÓK BÍLNUM á meðan Fannar sat ólundarlegur við hlið hans. Þeir höfðu ekkert gert síðan þeir mættu á vakt annað en fylla út skýrzlur. Fréttirnar fengu að malla í bakgrunni: "Þetta var ógurlegt! Þetta var hryllilegt!" heyrðist einhver móðursjúk kona segja, í mikilli geðshræringu.

"Var þetta ekki skelfilegt'" spurði fréttamaður.

"Jú þetta var skelfilegt!"

"Segir Elínborg Fönn Gröndal, ráðherra yfirbygginga og miðlægra grundvalla á sviði menningarstigs, en hún var einmitt viðstödd hina fólskulegu skyr-árás, þegar jakkaföt Benjamín Bjarnason urðu fyrir óbætanlegum skemmdum."

"Þessi jakkaföt kostuðu hálfa milljón! Þau voru hönnun frá Kronk & Tocco í Róm!" sagði Benjamín forsætisráðherra bæði reiður og örvinglaður.

"Nú brann Ingi Snær, ráðherra veðurfarsmála, til bana í árásinni..."

"Hann hefur sinn varamann, sem kemur í hans stað. Jakkafötin eru hinsvegar óbætanleg."

"Takk fyrir það Benjamín. Hér er Gauti Snær, loftslagsmálaráðherra. Hvað hefur þú um málið að segja Gauti?"

"Kolefni!" sagði Gauti í mikilli geðshræringu.

"Var þetta ekki ógurlegt?"

"Kolefni! Kolefni kolefni! Kolefni!"

"Takk fyrir það Gauti. Þetta er Einar Snær, talandi frá vettvangi hræðilegs hryðjuverks, fyrir RÚV."

Arnaldur teygði sig í útvarpið til þess að setja á *80ies Flash Back*, en Fannar kom í veg fyrir það.

"En að öðru: Forseti Líberíu hefur lýst yfir sigri í stríði sínu við Ísland, eftir að fréttir bárust honum af handsprengju-slysinu sem kostaði Íslenska herinn síðustu hermennina."

Arnaldur dæsti.

"Fjöldasamtök dýra-elskenda hafa sent frá sér harðort bréf þar sem farið er fram á að flugskeytaárás verði gerð á Líberíu til þess að viðhalda stríðinu. Hér er talsmaður þeirra, Sigurgeir Snær..."

"Stöðvið Zoofílíu-þjóðarmorðið strax!"

Fannar gafst upp á fréttatímanum og skipti yfir á *80ies Flash Back*.

Arnaldur rauf þögnina: "við þurfum að ræða við tæknideildina."

"Ha? Af hverju?"

"Málið sem við höfum verið að vinna að, manstu?"

"Ah... auðvitað. Jájá."

HALLI OG DÓRI SÁTU við kaffiborðið og spjölluðu saman. Hallur tók til máls: "hvers vegna opna Hafnfirðingar alltaf mjólkina í búðinni?"

"Ja... pass," svaraði Dóri, sem var ungur að árum og hafði ekki heyrt þennan fyrr.

"Vegna þess að það stendur "Opnist Hér.""

"Hah."

"Hvernig þekkir þú Hafnfirskan togara?"

"Veit ekki."

"Það eru engir fuglar yfir honum."

Dóri gretti sig.

"Fattarinn dáldið langur?"

"Já, ég skil þennan ekki."

"Sko, það er þannig..."

Arnaldur birtist í gættinni, og spurði: "er ég að trufla?"

"Ég er bara að fara með Hafnfirðingafóbíska hatursorðræðu fyrir hann félaga minn hérna," svarar Halli.

"Já. Það var nefnilega það. Heyrðu, ég var að velta fyrir mér hvernig gengi með rannsóknina á þessu máli með konunni í ljósakrónunni..."

"Ah! Já... þarf ég að standa yfir líkinu og borða samloku á meðan ég útskýri þetta fyrir þér, eða er í lagi að ég sitja hérna og segja þér þetta beint?"

"Vertu ekki að hafa of mikið fyrir mér, sittu bara hér."

"Gott. Allt í lagi, ég segi þér frá líkinu seinast. Við fórum yfir allt húsið og fundum mikið af gögnum, þar á meðal manifestó sem var augljóslega skrifað yfir langan tíma. Ég las það ekki sjálfur, en mennirnir sem voru settir í það segja mér að það sé augljóst á því að fórnarlambið hafi verið gagntekið af kolefnistrú. Það eru margar vísanir í helstu verk Al Gore og fleiri postula, og mörg erótísk ljóð um bæði hann og Gretu Thunberg.

Hún talar mikið um hnattræna suðu, áhrif daglegrar umferðar Reykvíkinga á veðurfar bæði í fortíð og framtíð, og hvernig heimurinn mun allur farast á næstu mánuðum ef ekkert verður að gert. Þú veist, þetta venjulega.

Þar er líka farið yfir áætlanir hennar um að standa fyrir beinum aðgerðum. Hún hafði í hyggju að setja sinnep á Sólfarið, og kannski önnur listaverk, og líma sig svo fasta við Suðurlandsbrautina, skammt frá Laugardalshöll. Hún átti þegar til átta lítra af sinnepi inni í ísskáp, og eina dós af Jötungripi."

"Bíddu... var hún með Jötungrip í ísskápnum?"

"Uhm... nei. Allavega... Þú getur fengið afrit af þessu öllu ef þú vilt, en ég persónulega myndi ekki eyða tíma í það."

"Þú meinar dagbækurnar?"

"Já, ef þú vilt kalla þær það."

"Ég fékk afrit."

"Lastu það?"

"Ekki allt."

"Góður. Allavegana... hvar var ég? Já... líkið. Tölum aðeins um það. Eins og þú veist þá fundust jarðneskar leifar hennar uppi í ljósakrónu, þangað sem hún hafði skotist vegna mikillar og öflugrar hvellskitu. Svo hafði innihald þarma hennar spreyjast þaðan á alla veggi þar sem hún virðist hafa tekið snúning í loftinu. Hún var ekki með barni, eins og svo mörg vitni vilja meina, heldur bólgnaði hún út vegna þess að hún hafði sett tappa upp í rassinn á sér. Matur fór inn, og var meltur alla leið, en ekkert komst út. Hún var ekki ófrísk, hún var einfaldlega full af skít. Krufning leiddi í ljós að hún var svo full af skít að rotnunargufur hljóta að hafa verið byrjaðar að leita út um munn hennar og nef. Svo virðist sem hún hafi byrjað að taka inn laxerandi lyf að minnsta kosti viku fyrir andlátið. Þau hefðu virkað ef ekki hefði verið fyrir tappann. Þau ollu því að hún svitnaði mikið, og hefur að öllum líkindum verið aðframkomin af kvölum fram í andlátið. Að ég tali nú ekki um illa þefjandi stybbuna sem var af svitanum úr henni, vegna þess að úrgangsefnin fundu sér leið þar út líka. Hún er án alls vafa verst lyktandi líkið í geymzlunni. Ég hefði ekki viljað vera mjög nálægt henni í lifanda lífi, ef þú skilur hvað ég meina."

Arnaldur mundi allt í einu eftir því að öll vitnin höfðu minnst á hve andfúl Sóley hafði verið, og skildi nú hvernig á því stóð.

"Miðað við efnismagnið þá gerum við ráð fyrir að þetta hafi verið þriggja, kannski fjögurra mánaða byrgðir."

"Hvernig dó hún?"

"Hún hálsbrotnaði þegar hún skaust upp í loft. Það er ekkert flóknara en það."

Arnaldur kinkaði kolli og gekk á brott. Hann hitti Fannar seinna um daginn.

"Jæja?" spurði Fannar.

"Málið er leyst."

"Helduðu það já?"

"Já."

"Og hver gerði það?"

"Enginn."

"Enginn? Kom on! Auðvitað gerði einhver þetta við hana!"

"Nei. Ég skal útskýra þetta allt."

Fannar ranghvolfdi augunum.

"Hún setti tappa upp í rassinn á sér til þess að leysa ekki vind, vegna þess að hún hélt að iðraloft væri svo slæmt fyrir náttúruna. Svo hélt hún bara öllu í sér í þrjá-fjóra mánuði, og þandist bara út á meðan. Svo einn daginn þá var henni litið út um gluggann, og þá sér hún þar nágranna sinn vera að munda þessa forláta ryksugu sína. Við það verður hún svo skelfd að hún fær hvellskitu, og þar sem hún hafði ekki loftað út svo mánuðum skipti olli það sprengingu, svo hún skaust upp í loft, hálsbrotnaði við það að skella á loftinu, og endar svo í ljósakrónunni."

"Þú ætlar að segja mér að hún hafi verið svo hrædd við ryksugur að hún skeit á sig og dó?"

Arnaldur kinkaði kolli.

"Þetta hljómar eins og eitthvað sem loftslagsafneitunarsinni myndi segja."

"Ertu búinn að setja tappa í rassinn á þér til þess að vernda umhverfið?"

Fannar varð mjög skömmustulegur. "Nei."

Arnaldur lyfti augabrún, og gekk burt.

18.
Eftirmáli

STJÓRI VAR ALLT ANNAÐ en hrifinn þegar Arnaldur birtist í dyrunum.

"Mér hafa borist margar kvartanir á borð vegna þín," sagði stjóri.

Arnaldur dæsti bara lágt.

"Transfóbía, pedófóbía, zoofóbía... þú hefur gerst sekur um allar LGBT+ fóbíurnar. Þú hefur meira að segja N-orðs fóbíu! Hvernig á ég að útskýra það fyrir yfirboðurum okkar í ráðuneytinu?"

Arnaldur opnaði munninn, en stjóri tók frammí fyrir honum: "þú þarft ekki að svara mér. Ég þarf að láta þig fara."

Arnaldur hallaði undir flatt.

"Þú ert rekinn. Skilurðu það?"

Arnaldur kinkaði kolli.

Fannar lyfti augabrún. "Hvað með málið?"

"Málið? Já, alveg rétt... hvernig gengur með málið?"

"Ja, sko," sagði Arnaldur: "við komumst að því hvernig í öllu liggur. Þannig er það að fórnarlambið lést af slysförum. Það er enginn morðingi. Hún bara... hún sá ryksugu og dó úr hræðzlu."

"Ryksugu?"

Arnaldur kinkaði kolli.

"Ég vissi að þessar ryksugur væru viðsjárverðar..." sagði hann lágt, sneri sér svo að Arnaldi: "þetta var snilldarlega unnið hjá þér! Þú ert ráðinn aftur!"

"Uhm... takk... býst ég við."

"Passaðu þig bara í framtíðinni að láta ekki út úr þér svona mikið af pedófóbískum ummælum. Við erum að reyna að vera Woke hérna."

Arnaldur og Fannar gengu ú af skrifstofunni.

"Þarna slappstu nú billega," sagði Fannar.

"Slapp, og slapp ekki," sagði Arnaldur þreytulegur.

"Hvað um það... eigum við að fara og fá okkur borgara?"

"Nja... ég eiginlega nenni því ekki. Ég er að hugsa um að fara heim, fara kannski í bað, rifja upp atburði úr fortíðinni, og fara bara að sofa."

"Hljómar eins og plan. Sé þig þá bara aftur á morgun. Líður þér ekki annars vel?"

"Eins og náriðli í fjöldagröf."

Endir

www.ingramcontent.com/pod-product-compliance
Lightning Source LLC
LaVergne TN
LVHW090427210926
848480LV00002B/711
* 9 7 9 8 2 3 1 4 5 0 8 3 1 *